AF705556

ഗ്രീൻ ബുക്സ്

രണ്ടും രണ്ടും അഞ്ച്

പള്ളിയറ ശ്രീധരൻ

1950 ജനുവരി 17ന് കണ്ണൂർ ജില്ലയിലെ എടയന്നൂരിനടുത്ത് തെരൂരിൽ ജനനം. കൂടാളി ഹൈസ്കൂളിൽ അദ്ധ്യാപകനായിരുന്നു. ഇപ്പോൾ കേരള സംസ്ഥാന ബാലസാഹിത്യ ഇൻസ്റ്റിറ്റ്യൂട്ട് ഡയറക്ടറായി പ്രവർത്തിക്കുന്നു. പുരസ്കാരങ്ങൾ: ബാലസാഹിത്യത്തിനുള്ള സമഗ്ര സംഭാവനയ്ക്കുള്ള സംസ്ഥാന സർക്കാരിന്റെ അവാർഡ്, ഭീമ പ്രത്യേക പുരസ്കാരം, ഭാരത് എക്സലൻസ് അവാർഡ്, സുഭദ്രാ കുമാരി ചൗഹാൻ ജന്മശതാബ്ദി പുരസ്കാരം, ഹൈസ്കൂൾ അദ്ധ്യാപകർക്കുള്ള സംസ്ഥാന അവാർഡ്, സംസ്ഥാന ബാലസാഹിത്യ ഇൻസ്റ്റിറ്റ്യൂട്ടിന്റെ വൈജ്ഞാനിക സാഹിത്യ അവാർഡ് (സംഖ്യകളുടെ കഥ), കേരള സാഹിത്യ അക്കാദമി അവാർഡ് (പൂജ്യത്തിന്റെ കഥ), തായാട്ട് അവാർഡ്, ആശ്രയ ബാലസാഹിത്യ അവാർഡ് (അത്ഭുത സംഖ്യകൾ), സമന്വയ ബാലസാഹിത്യ അവാർഡ്, മികച്ച ശാസ്ത്ര ഗ്രന്ഥത്തിനുള്ള സംസ്ഥാന സർക്കാരിന്റെ അവാർഡ്.

വൈജ്ഞാനികം

രണ്ടും രണ്ടും അഞ്ച്

പള്ളിയറ ശ്രീധരൻ

ഗ്രീൻ ബുക്സ്

green books private limited
gb building, civil lane road, ayyanthole,
thrissur- 680 003, kerala, ph: +91 487-2381066, 2381039
website: www.greenbooksindia.com
e-mail: info@greenbooksindia.com

branches:
thrissur 8589095302
thiruvananthapuram 8589095301
calicut 8589095307

malayalam
randum randum anchu
general knowledge
by
palliyara sreedharan

published november 2024

printed in india

isbn : 978-93-48125-92-7

₹ 100.00

GBPL/1403/2024

മുഖക്കുറി

കണക്കും കണക്കുകൂട്ടലുകളും ജീവിതത്തിൽ മാറ്റി നിർത്താനാകാത്ത കാര്യങ്ങളാണ്. ഗണിതശാസ്ത്രം എല്ലാവർക്കും ഒരുപോലെ ഇഷ്ടപ്പെടണമെന്നില്ലെങ്കിലും കണക്കിലെ കളികൾ പ്രായഭേദമന്യേ എല്ലാവർക്കും പ്രിയങ്കരമാണ്. വിനോദത്തിനും വിജ്ഞാനത്തിനുമായി ഗണിതസംബന്ധമായ ഒട്ടനവധി ഗ്രന്ഥങ്ങൾ രചിച്ചിട്ടുള്ള പള്ളിയറ ശ്രീധരന്റെ ഏറ്റവും പുതിയ കൃതിയാണ് ഇത്. അമ്പത് വ്യത്യസ്തതയുള്ള കണക്കുകളാണ് ഇതിലുള്ളത്. എല്ലാ തലത്തിലുള്ളവരുടെയും ബുദ്ധിയെ പരീക്ഷിക്കുന്ന തരത്തിലുള്ള ചോദ്യങ്ങളും അവയ്ക്കുള്ള വ്യക്തതയാർന്ന ഉത്തരങ്ങളും ഈ പുസ്തകത്തിലുണ്ട്. കൂടാതെ ഗണിതശാസ്ത്ര സംബന്ധമായ പല അറിവുകളും ഇതിൽ ഉൾപ്പെടുത്തിയിട്ടുണ്ട്. നേരെ ഉത്തരങ്ങളിലേക്കു പോകാതെ സമയമെടുത്താണെങ്കിലും ബുദ്ധിശക്തി ഉപയോഗിച്ച് ഉത്തരങ്ങളിലേക്കെത്തുന്നതിലൂടെ ലഭിക്കുന്ന സംതൃപ്തി വാക്കുകൾക്കതീതമാണ്. എല്ലാവരുടെയും ബുദ്ധിയെ ഉദ്ദീപിപ്പിക്കാനുതകുന്ന ഈ പുസ്തകം അനുവാചകർക്കായി സമർപ്പിക്കുന്നു.

എഡിറ്റർ

ഉള്ളടക്കം

ഒരു നിശ്ചയമില്ലയൊന്നിനും... 07
ചോദ്യങ്ങൾ 11
പൈഥഗോറസും ബീൻസും 42
ഉത്തരങ്ങൾ 45

ഒരു നിശ്ചയമില്ലയൊന്നിനും...

കൃത്യതയ്ക്ക് പേരു കേട്ട ഒരു വിഷയമാണ് ഗണിതശാസ്ത്രം. മറ്റു വിഷയങ്ങളിലെല്ലാമുള്ള ചോദ്യങ്ങൾക്ക് വ്യത്യസ്ത ഉത്തരങ്ങൾ ലഭിക്കാൻ ഇടയുണ്ടെങ്കിലും ഗണിതശാസ്ത്രത്തിലെ ചോദ്യങ്ങൾക്ക് ഒരേയൊരു ഉത്തരം മാത്രമേ ലഭിക്കുകയുള്ളു എന്നാണ് പൊതുവെയുള്ള വിശ്വാസം. സന്ദർഭത്തിനും കാലത്തിനും അനുസരിച്ച് ഒരേ ചോദ്യത്തിന് വ്യത്യസ്ത ഉത്തരങ്ങൾ ലഭിക്കുക സ്വാഭാവികമാണല്ലോ. ഉദാഹരണമായി കുറച്ച് നൂറ്റാണ്ടുകൾക്ക് മുമ്പ് ഗ്രഹങ്ങളുടെ എണ്ണം അഞ്ചായിരുന്നു. പിന്നീട് അത് ഉയർന്ന് ഒമ്പതുവരെ ആയി. കുറേ കാലം ഗ്രഹങ്ങൾ ഒമ്പത് എന്ന നിലയിൽ നവഗ്രഹങ്ങളായി അറിയപ്പെട്ടു. ഇപ്പോൾ ഗ്രഹങ്ങളുടെ എണ്ണം എട്ടായിരിക്കുകയാണ്. ഗ്രഹങ്ങൾ അപ്രത്യക്ഷമായതല്ല പ്രശ്നം. സമീപനത്തിലാണ് മാറ്റമുണ്ടായിട്ടുള്ളത്.

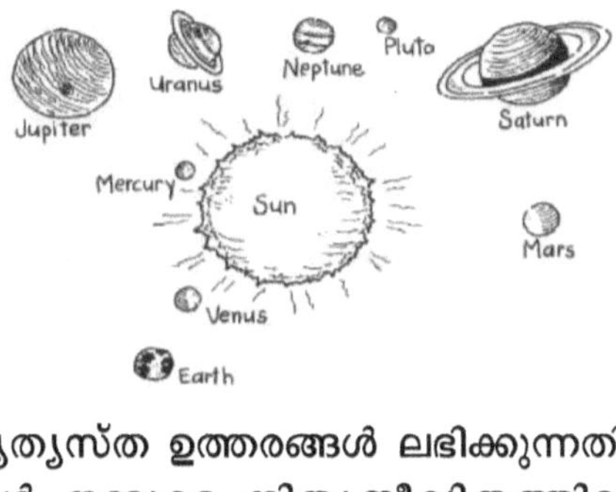

ഒരേ ചോദ്യത്തിന് വ്യത്യസ്ത ഉത്തരങ്ങൾ ലഭിക്കുന്നതിന് ധാരാളം ഉദാഹരണങ്ങൾ നമ്മുടെ നിത്യജീവിതത്തിലും കണ്ടെത്താം. ഒരു വ്യക്തിയുടെ കാര്യം തന്നെയെടുക്കാം. ഒരു ഉദ്യോഗസ്ഥൻ ഓഫീസിൽ ഉദ്യോഗസ്ഥനാണെങ്കിലും വീട്ടിൽ ഭർത്താവും മകനും പിതാവും അമ്മാവനുമൊക്കെയായിരിക്കും. സന്ദർഭത്തിനനുസരിച്ച് പല ബന്ധങ്ങളും ആവാം. അഥവാ പല ഉത്തരങ്ങളും ആവാം.

ഗണിതത്തിലുമുണ്ട് സന്ദർഭത്തിനനുസരിച്ച് വിവിധ ഉത്തരങ്ങൾ ലഭിക്കുന്ന ചോദ്യങ്ങൾ. പത്തും പത്തും കൂട്ടിയാൽ ഇരുപത് എന്ന ഉത്തരം ശരിതന്നെ. പക്ഷേ എല്ലായ്പോഴും ഇരുപത് തന്നെയായിരിക്കുമോ ഉത്തരം? എട്ട് എന്നായാലോ? രാവിലെ സമയം പത്ത് മണി. പത്ത് മണിക്കൂർ കൂടി കഴിഞ്ഞാൽ സമയം എത്ര ആകും? ഇവിടെ എട്ട് എന്ന ഉത്തരമാണ് ശരി. ഇരുപത്തിനാല് മണിക്കൂർ സമയം കണക്കാക്കുന്ന റെയിൽവെക്കാർക്ക് ഇരുപതു മണി തന്നെ.

ഒരു ചോദ്യത്തിന് ഗണിതത്തിലും വ്യത്യസ്ത ഉത്തരങ്ങൾ ലഭിക്കുമെന്ന കാര്യം പ്രശ്നമാക്കേണ്ടതില്ല. സന്ദർഭം കൂടി പരിഗണിച്ചാൽ മതി. പക്ഷേ നേരിട്ട് നാം കാണുന്ന കാര്യങ്ങൾ വിശ്വസിക്കാൻ പറ്റാതെ വന്നാലോ ? താഴെ കൊടുത്തിരിക്കുന്ന ചിത്രം ശ്രദ്ധിക്കൂ.

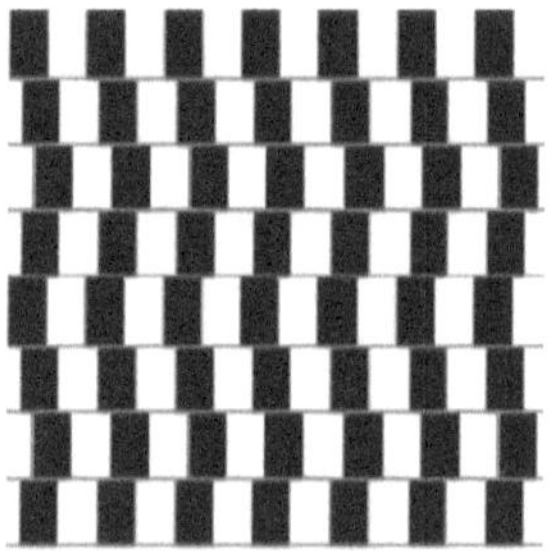

തിരശ്ചീനമായി കുറെ സമാന്തരരേഖകൾ വരച്ചിരിക്കുന്നു. പക്ഷേ ഇവ സമാന്തരങ്ങളല്ല എന്നു തോന്നാം. യഥാർത്ഥത്തിൽ ഇവ സമാന്തരരേഖകൾ തന്നെയാണ്. മറ്റു ചില ചിത്രങ്ങൾ കൂടി ശ്രദ്ധിക്കൂ.

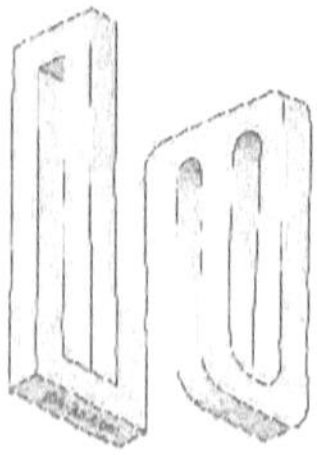

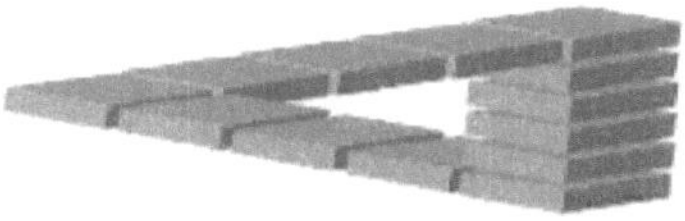

ഈ രൂപങ്ങളൊക്കെ കാണാമെങ്കിലും ഒരു വസ്തു എന്ന നിലയിൽ ഇവ നിർമ്മിക്കാൻ സാദ്ധ്യമല്ല.

ഇതാ, മറ്റൊരു ദൃശ്യവിസ്മയം. താഴെ കൊടുത്തിരിക്കുന്ന ചിത്രത്തിൽ ഏറ്റവും താഴെയുള്ള സ്റ്റെപ്പ് (പടി) ഏതെന്ന് കണ്ടു പിടിക്കാമോ?

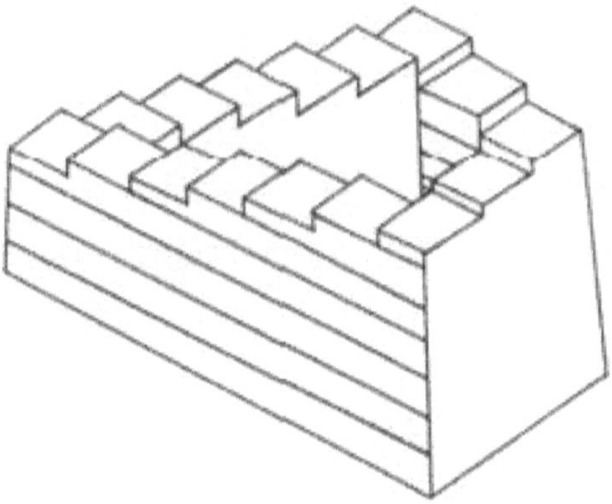

വലതുഭാഗത്തുള്ള ചിത്രത്തിൽ നിങ്ങൾക്ക് രണ്ട് ത്രികോണങ്ങൾ കാണാം. പക്ഷേ ത്രികോണമൊന്നും വരച്ചിട്ടില്ല എന്നതാണ് യാഥാർത്ഥ്യം.

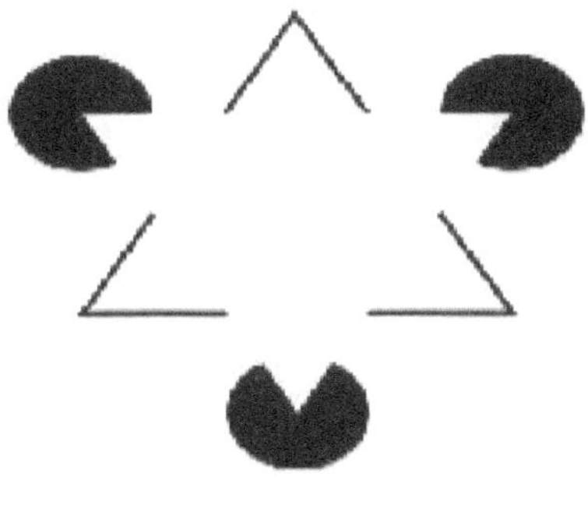

ഒരു സംഖ്യ തന്നെ മറ്റൊരു സംഖ്യയ്ക്ക് തുല്യമായാലോ?

താഴെ കൊടുത്തിരിക്കുന്ന ഉദാഹരണം ശ്രദ്ധിക്കുക.

രണ്ടും പൂജ്യവും തുല്യം

രണ്ടും പൂജ്യവും ഒരിക്കലും തുല്യമാവുകയില്ല എന്ന് നിങ്ങൾക്കറിയാം. പക്ഷേ ചിലപ്പോൾ നമുക്ക് വിശ്വസിക്കേണ്ടിവരും. താഴെ കൊടുത്തിരിക്കുന്ന ക്രിയകൾ ശ്രദ്ധിച്ചുനോക്കൂ.

$-1 = -1$ എന്ന് നമുക്കറിയാം.

അതായത്, $-1/1 = -1/1$

$-1/1 = 1/-1$

രണ്ടു വശവും വർഗ്ഗമൂലമെടുത്താൽ

$\sqrt{-1\ /\ 1} = \sqrt{1\ /\ -1}$ എന്ന് കിട്ടും.

ഇതിനെ $i/1 = 1/i$ എന്ന് എഴുതാമല്ലോ?

അതായത്

$i^2 = 1$

$-1 = 1$

ഇരു ഭാഗത്തും 1 ചേർത്താൽ

$-1 + 1 = 1 + 1$

$0 = 2$

അല്ലെങ്കിൽ $2 = 0$

ഇപ്പോൾ ബോദ്ധ്യമായില്ലേ, രണ്ടും പൂജ്യവും തുല്യമാണെന്ന്?

എങ്ങനെയുണ്ട് വിദ്യ? രണ്ടും രണ്ടും അഞ്ചാണെന്നതിനുള്ള തെളിവും കാണാം അടുത്ത പേജുകളിൽ. ഗണിതശാസ്ത്രത്തിലെ ചില രസകരമായ ചോദ്യങ്ങൾകൂടി നമുക്ക് പരിചയപ്പെടാം.

ചോദ്യങ്ങൾ

1
രണ്ടും രണ്ടും അഞ്ച്

പ്രിയപ്പെട്ട കൂട്ടുകാരേ, രണ്ടും രണ്ടും അഞ്ച് എന്ന് കേട്ടപ്പോൾ ഞെട്ടിയോ? ഇതെന്ത് കണക്ക് എന്ന് നിങ്ങൾ അത്ഭുതപ്പെടുന്നുണ്ടാവും. കൂട്ടിയാലും, ഗുണിച്ചാലും അതായത് വർഗ്ഗം (Square) കണ്ടാലും ഒരേ ഉത്തരം കിട്ടുന്ന ഒരു സംഖ്യയാണ് രണ്ട്.

$$2 + 2 = 4$$
$$2 \times 2 = 4$$

ഇങ്ങനെ കൂട്ടിയാലും ഗുണിച്ചാലും ഒരേ ഉത്തരം കിട്ടുന്ന മറ്റ് വല്ല സംഖ്യയുമുണ്ടോ?

$$0 + 0 = 0$$
$$0 \times 0 = 0$$

രണ്ടും പൂജ്യവുമല്ലാതെ മറ്റൊരു സംഖ്യയ്ക്കും ഇതേപോലെ തുല്യമായ ഉത്തരം കിട്ടില്ല.

രണ്ടും രണ്ടും കൂട്ടിയാലും രണ്ടും രണ്ടും ഗുണിച്ചാലും നാല് കിട്ടുമെന്നത് ശരിതന്നെ പക്ഷേ എങ്ങനെ അഞ്ചാകും?

ഇത്തരം ഒരു ഉത്തരത്തിന് യാതൊരു പ്രസക്തിയുമില്ല എന്ന് പറയാം.

പക്ഷേ എപ്പോഴെങ്കിലും, അഥവാ ഏതെങ്കിലും സന്ദർഭത്തിൽ ഇത്തരമൊരു ഉത്തരത്തിന് സാദ്ധ്യതയുണ്ടോ?

രണ്ട് എന്നത് രണ്ടു സമചതുരമാണെന്ന് വിചാരിക്കുക. രണ്ട് സമചതുരങ്ങൾ താഴെ കൊടുക്കുന്നു.

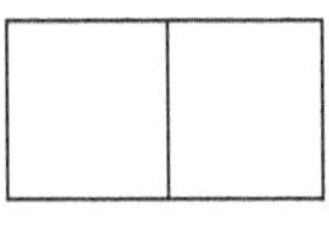

ഇതുപോലുള്ള രണ്ട് സമചതുരങ്ങൾ കൂടി താഴെ കൊടുക്കുന്നു.

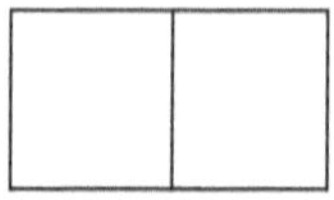

ഈ നാല് സമചതുരങ്ങൾക്കും ഒരേ വലിപ്പമാണ് ഉള്ളത്.

രണ്ട് വീതമുള്ള 4 സമചതുരങ്ങൾ താഴെ കൊടുത്തിരിക്കുന്ന രീതിയിൽ ചേർത്തു വെച്ചിരിക്കുന്നത് ശ്രദ്ധിക്കുക

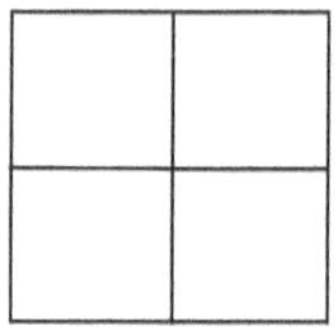

ഇനി മുകളിലുള്ള ചിത്രത്തിലെ സമചതുരങ്ങളുടെ എണ്ണം എത്രയെന്ന് നോക്കൂ.

നാല് ചെറിയ സമചതുരങ്ങൾ കൂടാതെ വലിയ ഒരു സമചതുരം കൂടി കാണാം. അപ്പോൾ ആകെ അഞ്ച് സമചതുരങ്ങൾ.

രണ്ടും രണ്ടും ചേർന്നാൽ അഞ്ച് ആകുന്ന ചെറിയ ഒരു സാദ്ധ്യത നിങ്ങൾ മനസ്സിലാക്കിയല്ലോ.

ഇനി നമുക്ക് മറ്റൊരു ഉദാഹരണത്തിലേക്ക് പോകാം.

താഴെ കൊടുത്തിരിക്കുന്ന സമവാക്യം ശ്രദ്ധിക്കുക.

$16 - 36 = 25 - 45$

എന്താ ഇത് ശരിയല്ലേ?

സമചിഹ്നത്തിന്റെ ഇടതുഭാഗത്തും വലതുഭാഗത്തും –20 കിട്ടുന്നതിനാൽ ഈ സമവാക്യം ശരിയാണെന്ന് നിങ്ങൾക്ക് സമ്മതിക്കേണ്ടിവരും. ഇനി ചില ക്രിയകൾ താഴെ കൊടുക്കുന്നു. ഓരോ സ്റ്റെപ്പിലും എന്തൊക്കെ ക്രിയകൾ ചെയ്തു എന്ന് നിങ്ങൾ ശ്രദ്ധിക്കണം ഗണിതശാസ്ത്രത്തിൽ അംഗീകരിക്കാൻ വയ്യാത്ത ഒരു ഫലത്തിലേക്കാണ് പോകുന്നത് എന്ന കാര്യം പ്രത്യേകം ശ്രദ്ധിക്കുക.

$16 - 36 + 20^1/_4 = 25 - 45 + 20^1/_4$

$4^2 - 2 \times 4 \times 9/2 + (9/2)^2 = 5^2 - 2 \times 5 \times 9/2 + (9/2)^2$

ഇത് $a^2 - 2ab + b^2$ എന്ന രൂപത്തിലാണുള്ളത്

ഇതിനെ $(a - b)^2$ എന്ന രൂപത്തിലെഴുതാം.

അതായത്, $(4 - 9/2)^2 = (5 - 9/2)^2$

വർഗ്ഗമൂലമെടുത്താൽ

$4 - 9/2 = 5 - 9/2$

ഇതിൽ നിന്നും നമുക്ക് 4 = 5 എന്ന് കിട്ടുന്നു.

4 എന്നത് 2 + 2 ഉം 2 x 2 ഉം ആണല്ലോ

അതായത് 2 + 2 = 5 , 2 x 2 = 5

രണ്ടും രണ്ടും കൂട്ടിയാലും അഞ്ച്!!!

രണ്ടും രണ്ടും ഗുണിച്ചാലും അഞ്ച്!!!

എന്തൊരു വിചിത്രമായ ഉത്തരം

ഈ വിചിത്രമായ ഉത്തരത്തിൽ എങ്ങനെ എത്തിച്ചേർന്നു?

2
എത്ര തികോണങ്ങൾ

നിങ്ങൾക്ക് വ്യത്യസ്ത നീളത്തിലുള്ള നാല് കമ്പുകൾ തന്നിരിക്കുന്നു. കമ്പുകളുടെ നീളങ്ങൾ 1 സെ.മീ, 2 സെ.മീ., 3 സെ.മി., 4 സെ.മി. എന്നിവയാണ്. ഇവയിൽ മൂന്ന് കമ്പുകൾ ഉപയോഗിച്ച് എത്ര വ്യത്യസ്ത ത്രികോണങ്ങൾ നിങ്ങൾക്ക് നിർമ്മിക്കാം.

3
വർഷം ഏത്?

ഏതാനും കൂട്ടുകാർ സംസാരിച്ചുകൊണ്ടിരിക്കെ ആതിര പ്രഖ്യാപിച്ചു: “ഇന്നെന്റെ പിറന്നാളാണ്” “എങ്കിൽ നമുക്കതിന്റെ ആഘോഷം ആവാം” മറ്റു സുഹൃത്തുക്കൾ അഭിപ്രായപ്പെട്ടു.

"ആട്ടെ ഇത് എത്രാം പിറന്നാളാണ്?"

അനിത ആതിരയോട് ചോദിച്ചു.

"അതൊരു സസ്പെൻസ്. ഒരു ക്ലൂ തരാം. 1-1-1975 നും 31-12-1979 നും ഇടയ്ക്കാണ് ഞാൻ ജനിച്ചത്." ആതിര പറഞ്ഞു.

"ഇതെന്ത് ക്ലൂ, മറ്റെന്തെങ്കിലും വിവരം തരൂ." അജിത ആവശ്യപ്പെട്ടു.

"ആ വർഷം ജനുവരി ഒന്നാം തീയതിയും ഡിസംബർ 31-ാം തീയതിയും ഒരേ ആഴ്ച ആയിരുന്നില്ല."

ജോമോൾ ഉടനെ ആ വർഷം പറഞ്ഞു ഏതായിരിക്കും ആ വർഷം, എന്തുകൊണ്ട്?

4
അടുത്ത വർഷം ഏത്?

ഒരു മേശയുടെ ഇരുവശങ്ങളിലുമായി രാജുവും ബാബുവും ഇരിക്കുന്നു. ഒരു കടലാസിൽ 1001 എന്ന സംഖ്യ എഴുതി. ബാബുവിനും ആ സംഖ്യ 1001 എന്ന് തന്നെ വായിക്കാം. 1111 എന്ന് എഴുതിയാലും രണ്ടുപേർക്കും ഒരേ രീതിയിൽ വായിക്കാം

മൂന്ന് നാലിന് തുല്യമാണ് !!

മൂന്ന് എന്ന സംഖ്യ നാല് എന്ന സംഖ്യക്ക് തുല്യമാണ് എന്ന് എങ്ങനെ വിശ്വസിക്കും? ഇതാ തെളിവ്. താഴെ കൊടുത്തിരിക്കുന്നവ ശ്രദ്ധിക്കുക.

$a + b = c$ എന്നിരിക്കട്ടെ

$$4a - 3a + 4b - 3b = 4c - 3c$$

$$4a + 4b - 4c = 3a + 3b - 3c$$

$$4(a + b - c) = 3(a + b - c)$$

$a + b - c$ കൊണ്ട് ഹരിച്ചാൽ

$$4 = 3$$

അതായത് $3 = 4$

മൂന്ന് അഞ്ചിനും തുല്യമാണ്!!

ഇനി ഈ മൂന്ന് തന്നെ അഞ്ചിന് തുല്യമാണെന്നും തെളി യിക്കാം.

താഴെ കൊടുത്തിരിക്കുന്ന സ്റ്റെപ്പുകൾ ശ്രദ്ധിക്കുക

$$9 - 24 = 25 - 10$$

രണ്ടു ഭാഗത്തും 16 ചേർത്താൽ

$$9 - 24 + 16 = 25 - 10 + 16$$

$$(3 - 4)^2 = (5 - 4)^2$$

$$3 - 4 = 5 - 4$$

$$3 = 5$$

ഇങ്ങനെ രണ്ടുപേർക്കും ഒരേ രീതിയിൽ വായിക്കാവുന്ന സംഖ്യ കൾ അവർ എഴുതിക്കൊണ്ടിരുന്നു. 1691, 1961 എന്നിവയൊക്കെ അത്തരം സംഖ്യകളാണ്. ഈ സംഖ്യകൾ വർഷങ്ങളായി കണ ക്കാക്കിയാൽ, ഇതേ പ്രത്യേകതയുള്ള അടുത്തവർഷം ഏതാ യിരിക്കും?

5
ഹരണഫലം എത്ര?

1999199 നെ 10001 കൊണ്ട് ഹരിച്ചാലുള്ള ഫലം എത്ര?

6
മര്യാദക്കാരായ കള്ളന്മാർ

ഒരു രാത്രി അഞ്ചു കള്ളന്മാർചേർന്ന് ഒരു എസ്റ്റേറ്റിൽ കയറി തേങ്ങ മോഷണമാരംഭിച്ചു. എല്ലാ തേങ്ങയും ഒരു സ്ഥലത്ത് വെച്ച് ഭാഗിക്കാൻ തുടങ്ങുമ്പോൾ എന്തോ ഒരു ശബ്ദം കേട്ടു. തങ്ങൾ പിടിക്കപ്പെടും എന്ന് മനസ്സിലാക്കിയ കള്ളന്മാർ ഉടനെ ഓടിയൊളിച്ചു. അൽപം കഴിഞ്ഞ് ഒരു കള്ളൻ തേങ്ങ കൃത്യ മായി എണ്ണം കണക്കാക്കി അഞ്ചിൽ ഒരു ഭാഗം എടുത്ത് ബാക്കി ഒന്നു വന്നത് കൂടുതൽ എടുത്തു. രണ്ടാമത്തെ കള്ളൻ വന്ന് എണ്ണം കണക്കാക്കി കൃത്യമായി അഞ്ചിലൊന്ന് എടുത്തു. ഒന്നു കൂടുതൽ വന്നതും എടുത്തു. ഇങ്ങനെ ഓരോരുത്തരും

തുല്യമായി ഭാഗിക്കാമോ?

ഒരു കോടിരൂപ നിങ്ങൾക്ക് പത്തുപേർക്കോ നൂറ് പേർക്കോ ആയിരം പേർക്കോ ഒരു ലക്ഷം പേർക്കോ തുല്യമായി ഭാഗിക്കാം. പക്ഷേ മൂന്ന് പേർക്ക് തുല്യമായി ഭാഗിച്ച് നൽകാൻ കഴിയില്ല.!!!!

കൃത്യമായി അഞ്ചിലൊന്നു വീതമെടുത്തു. ഓരോ തവണ ഭാഗം വെക്കുമ്പോഴും ഒന്ന് കൂടുതൽ വന്നതിനാൽ ഒന്നുവീതം ഓരോരുത്തരും കൂടുതലെടുത്തു.

പിറ്റേദിവസം രാവിലെ ഉടമസ്ഥൻ വന്നപ്പോൾ കുറേ തേങ്ങകൾ ഒരു സ്ഥലത്ത് കൂട്ടിയിട്ടിരുന്നതായി കണ്ടു. ഇത് ആയിരത്തിൽ അല്പം കൂടുതലായിരുന്നു. എന്നാൽ കള്ളന്മാർ ആകെ ശേഖരിച്ച തേങ്ങയുടെ എണ്ണം എന്തായിരിക്കും?

7
വർഗ്ഗം വരുന്നവ

3നും 22നും പൊതുവായ ഒരു പ്രത്യേകത എന്തെന്ന് പറയാമോ? 3ന് രണ്ട് ഘടകങ്ങളുണ്ട് 3 ഉം 1 ഉം. ഇവയുടെ തുകയായ 4 ഒരു പൂർണ്ണവർഗ്ഗമാണ്. 22ന് 4 ഘടകങ്ങളുണ്ട് 1, 2, 11, 22 ഇവയുടെ തുക 36. ഇതും ഒരു പൂർണ്ണവർഗ്ഗമാണ്. ഇതുപോലെ പൂർണ്ണവർഗ്ഗം വരുന്ന മറ്റൊരു സംഖ്യ കണ്ടുപിടിക്കാമോ?

8
അക്കങ്ങളുടെ എണ്ണം

$4^{12} \times 5^{12}$ ന്റെ ഗുണനഫലത്തിൽ എത്ര അക്കങ്ങൾ ഉണ്ടായിരിക്കും?

9
വിസ്തീർണ്ണമെന്ത്?

മട്ടത്രികോണാകൃതിയായ (Right angled Triangle) ഒരു തോട്ടത്തിന്റെ ഏറ്റവും നീളം കൂടിയ വശത്തിന് 26 മീറ്റർ നീളമുണ്ട്. തോട്ടത്തിന്റെ ചുറ്റളവ് 60 മീറ്ററായാൽ വിസ്തീർണ്ണമെന്ത്?

മതി അഞ്ച് രണ്ടുകൾ

ഒന്നു മുതൽ ഇരുപത്തഞ്ചുവരെയുള്ള സംഖ്യകൾ അഞ്ച് രണ്ടുകൾ ഉപയോഗിച്ച് എഴുതാം. അഞ്ച് രണ്ടുകളും ഉപയോഗിക്കണം. അംഗീകരിക്കപ്പെട്ട ഗണിതചിഹ്നങ്ങൾ ഉപയോഗിക്കാം. എഴുതുന്ന വിധം താഴെ കൊടുക്കുന്നു.

1 = 2 + 2 - 2 - 2/2

2 = 2 + 2 + 2 - 2 -2

3 = 2 + 2 - 2 + 2/2

4 = 2 x 2 x 2 - 2 - 2

5 = 2 + 2 + 2 - 2/2

6 = 2 + 2 + 2 + 2 - 2

7 = 2 + 2 + 2 + 2/2

8 = 2 x 2 x 2 + 2 - 2

9 = 2 + 2 + 2 + 2/2

10 = 2 + 2 + 2 + 2 + 2

11 = 22 ≡ 2 + 2 - 2

12 = 2 x 2 x 2 + 2 + 2

13 = (22 + 2 + 2)/2

14 = 2 x 2 x 2 x 2 - 2

15 = 22 ≡ 2 + 2 + 2

16 = (2 x 2 + 2 + 2)2

17 = $(2 \times 2)^2 + 2/2$

18 = 2 x 2 x 2 x 2 + 2

19 = 22 - 2 - 2/2

20 = 22 + 2 - 2 - 2

21 = 22 - 2 + 2/2

22 = 22 x 2 - 22

23 = 22 + 2 - 2/2

24 = 22 - 2 + 2 - 2

25 = 22 + 2 + 2/2

ഇനിയും അനേകം സംഖ്യകൾ അഞ്ച് രണ്ടുകൾ കൊണ്ട് നിർമ്മിക്കാം

10

എത്ര രൂപയാകും?

സന്ദീപിന്റെ കയ്യിൽ കുറേ ഒറ്റ നാണയങ്ങളുണ്ട്. അവൻ അത് താഴെ കൊടുത്തിരിക്കുന്ന രീതിയിൽ വരിവരിയായി ക്രമീകരിച്ചു.

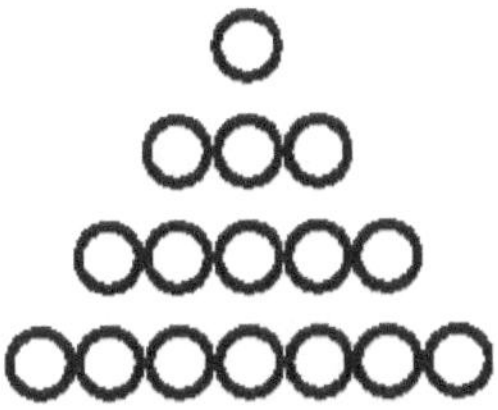

ഇതേ ക്രമത്തിൽ ഒരു രൂപ നാണയങ്ങൾ നൂറ് വരിയിൽ ക്രമീകരിച്ചാൽ ആകെ എത്ര രൂപയാകും?

11

എത്ര ചതുരങ്ങൾ?

ഒരു ചതുരത്തിന്റെ ചുറ്റളവ് 20 സെന്റിമീറ്ററാണ്. വശങ്ങളുടെ നീളം പൂർണ്ണ സംഖ്യയാണെങ്കിൽ, ഇതേ ചുറ്റളവുള്ള ആകെ എത്ര ചതുരങ്ങൾ ഉണ്ടാവും?

12
ഒറ്റപ്പാത്രം

നീളവും വീതിയും ഉയരവും തുല്യമായ രൂപങ്ങളാണ് ക്യൂബ് എന്നറിയപ്പെടുന്നത്. 6 സെമീ, 8 സെമീ, 10 സെമീ വീതം അളവുകളുള്ള ക്യൂബ് ആകൃതിയിലുള്ള മൂന്ന് പാത്രങ്ങളിൽ വെള്ളം നിറച്ചിരിക്കുന്നു. ഈ വെള്ളം മുഴുവനും മറ്റൊരു ക്യൂബാകൃതിയായ പാത്രത്തിൽ ഒഴിച്ചപ്പോൾ അതിൽ കൃത്യമായി വെള്ളം ഉൾക്കൊണ്ടു. ആ ഒറ്റപ്പാത്രത്തിന്റെ നീളം എന്തായിരിക്കും?

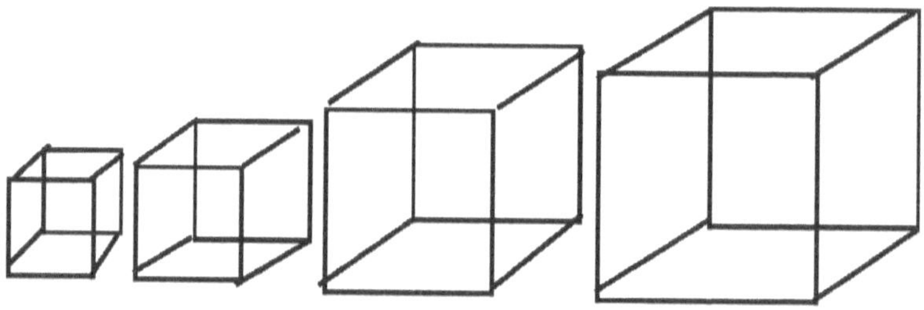

13
ശമ്പളക്കണക്ക്

അജിത്തിന്റെ ശമ്പളം അയാളുടെ ഭാര്യയുടെ ശമ്പളത്തേക്കാൾ അമ്പതു ശതമാനം കൂടുതലാണ്. ഭാര്യയുടെ ശമ്പളം അജിത്തിന്റെ ശമ്പളത്തേക്കാൾ എത്ര ശതമാനം കുറവായിരിക്കും?

14
എതിരെയുള്ളവൻ

ഒരു ക്ലാസ്സിൽ ഇരുപത്തിനാല് കുട്ടികളുണ്ട്. ഇവർക്ക് ഓരോരുത്തർക്കും ഒന്നു മുതൽ ഇരുപത്തിനാല് വരെ തുടർച്ചയായി നമ്പർ

നൽകിയിരിക്കുന്നു. ഇവരെ ഒരു കളിസ്ഥലത്ത് നമ്പർ ക്രമത്തിൽ വൃത്താകൃതിയിൽ നിർത്തിയിരിക്കുന്നു. അടുത്തടുത്ത കുട്ടികളെല്ലാം തുല്യഅകലത്തിലാണ് നിൽക്കുന്നത്. ഇവരിൽ അഞ്ചാമത്തെ കുട്ടിയുടെ നേരെ എതിരെയുള്ള കുട്ടിയുടെ നമ്പർ എന്തായിരിക്കും?

15
അക്കമേത്?

$3^{2000} \times 5^{2003} \times 7^{2004}$ ന്റെ ഗുണനഫലം ഏത് അക്കത്തിൽ അവസാനിക്കും?

16
വഴിയുടെ പ്രശ്നം

ഒരു കോളനിയിൽ തുല്യഅകലത്തിൽ സമചതുരാകൃതിയിൽ വിന്യസിക്കപ്പെട്ട പതിനാറ് വീടുകളുണ്ട്. ഈ വീടുകളുടെ സ്ഥാനങ്ങൾ താഴെ കൊടുക്കുന്നു.

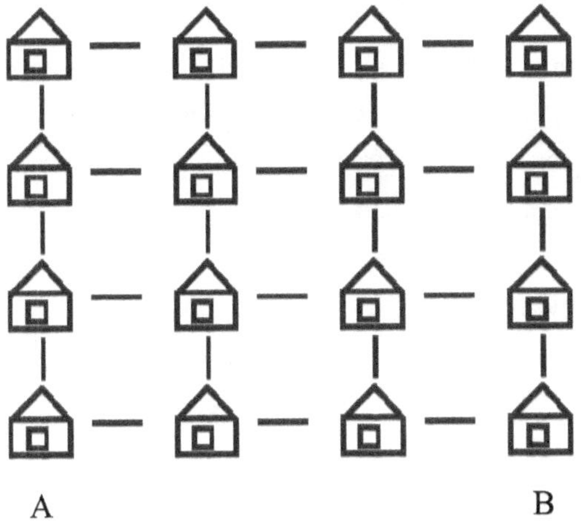

വൈൻ ഡേറ്റിംഗ്

ഭൂമി കുഴിക്കുമ്പോൾ ലഭിക്കുന്ന വളരെ പഴക്കമേറിയ വസ്തുക്കളുടെ കാലം കണക്കാക്കുന്നതിന് കാർബൺ ഡേറ്റിംഗ് എന്ന ഒരു സമ്പ്രദായം ശാസ്ത്രജ്ഞന്മാർ വികസിപ്പിച്ചെടുത്തിട്ടുണ്ട്. കാലനിർണ്ണയത്തിന് വൈനും ഉപയോഗപ്പെടുത്തിയ രസകരമായ ഒരു സംഭവം ഗണിതശാസ്ത്രത്തിൽ പ്രചാരത്തിലുണ്ട്.

നൂറ്റാണ്ടുകൾക്കു മുമ്പ് ഗ്രീസിൽ ജീവിച്ചിരുന്ന ഗണിതശാസ്ത്രജ്ഞനാണ് ഡയോഫാന്റസ്. അദ്ദേഹത്തിന്റെ ഗണിതശാസ്ത്രഗ്രന്ഥങ്ങളിൽ വൈനിന്റെ വില നൽകിയിട്ടുണ്ട്. വൈനിന് ഈ വില ഏത് കാലത്താണ് ഗ്രീസിൽ ഉണ്ടായിരുന്നത് എന്ന് കണ്ടുപിടിച്ചാണത്രെ ഡയോഫാന്റസിന്റെ ജീവിതകാലം കണക്കാക്കിയത്. ഇതുപ്രകാരം ഡയോഫാന്റസിന്റെ ജീവിതകാലം ക്രിസ്തുവർഷം 250 – 350 കാലത്താണെന്ന് കണ്ടെത്തി.

വിലവിവരപ്പട്ടിക

ഗണിതശാസ്ത്രത്തിൽ $5x$ $3x$ എന്നിവ ഓരോ പദങ്ങളാണ്. ഇവയിൽ 5, 3 എന്നിവ സ്ഥിരങ്ങൾ എന്നും x ചരം എന്നും അറിയപ്പെടുന്നു. ഈ പദങ്ങളെ കടകളിൽ കാണുന്ന വില വിവരപ്പട്ടികയോട് താരതമ്യപ്പെടുത്താം. സാധനങ്ങളുടെ പേരുകൾ സ്ഥിരങ്ങൾ. വിലകൾ ചരങ്ങളാണ്. മാറിക്കൊണ്ടേയിരിക്കുന്നു. ഗണിത ശാസ്ത്രത്തിലെ ചരങ്ങൾക്ക് ഏതു വിലയും സ്വീകരിക്കാം. പക്ഷെ വിലവിലരപ്പട്ടികയിലെ വിലകൾക്ക് വർദ്ധനവുമാത്രമേ ഉണ്ടാകാറുള്ളൂ.

ഓരോ വീട്ടിൽ നിന്നും മറ്റ് വീട്ടിലേക്ക്, തെക്ക്, വടക്ക്, കിഴക്ക്, പടിഞ്ഞാറ് എന്നിങ്ങനെയുള്ള ദിശകളിലേക്ക് മാത്രമേ വഴിയുള്ളൂ. വികർണ്ണ രീതിയിൽ (diagonal wise) വഴിയില്ല.

A, B എന്ന് അടയാളപ്പെടുത്തിയിട്ടുള്ള വീടുകളുടെ മുന്നിലൂടെയാണ് റോഡ് കടന്നു പോകുന്നത്. അതായത് ഈ കോളനിയിലേക്ക് വരുന്നവർക്ക് A എന്ന വീട്ടിൽ കയറി ഒടുവിൽ B എന്ന വീട്ടിൽ യാത്ര അവസാനിപ്പിക്കാം.

ഒരു നികുതി പിരിവ് ഉദ്യോഗസ്ഥൻ കോളനിയിലേക്ക് വരുന്നു. എല്ലാ വീട്ടിലേക്കും ഒരു പ്രാവശ്യം മാത്രം പോകുന്നു. നിശ്ചയിക്കപ്പെട്ട വഴിയിലൂടെ മാത്രം പോകുന്നു. അദ്ദേഹത്തിന്റെ ഏറ്റവും നീളം കുറഞ്ഞ യാത്രവഴി നിങ്ങൾക്ക് നിർദ്ദേശിക്കാമോ?

17
വഴിപ്രശ്നം വീണ്ടും

കഴിഞ്ഞ ചോദ്യത്തിൽ 16 വീടുകളാണല്ലോ ഉണ്ടായിരുന്നത്. മറ്റൊരു കോളനിയിൽ 25 വീടുകളുണ്ട്. വീടുകളുടെ സ്ഥാനവും വഴിയും താഴെ കൊടുക്കുന്നു.

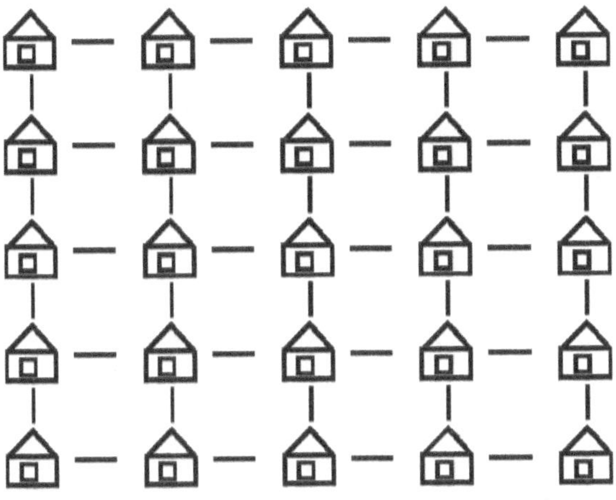

നികുതി പിരിവ് ഉദ്യോഗസ്ഥന് ഏത് വീട്ടിൽ നിന്നും ആരംഭിക്കാം ഏതു വീട്ടിലും അവസാനിപ്പിക്കാം ഒരു വീടും ഒഴിവാക്കാൻ പാടില്ല. ഒരു വീട്ടിലും ഒന്നിലേറെ തവണ സന്ദർശിക്കാൻ പാടില്ല. ഒരേ ദിശയിൽ, ദിശമാറാതെ രണ്ട് വീടുകളിൽ മാത്രമേ സഞ്ചരിക്കാവൂ. ഒരു യാത്രാവഴി നിങ്ങൾക്ക് നിർദ്ദേശിക്കാമോ?

18
ഒരു മനക്കണക്ക്

കടലാസും പേനയും ഒന്നും ഉപയോഗിക്കാതെ മനക്കണക്കായി ചെയ്യാൻ ഒരു കണക്ക് താഴെ കൊടുക്കുന്നു.

987654312നെ 8 കൊണ്ട് ഹരിച്ചാലുള്ള ഫലം എന്തായിരിക്കും?

19
ഏതാണ് വ്യത്യസ്തം?

താഴെ കൊടുത്തിരിക്കുന്ന നാല് ക്രിയകൾ ശ്രദ്ധിക്കുക

A) 1+5 ÷ 5-1 B) 1 - 5 + 5 x 1

C) 1 ÷ 5 + 5 ÷ 1 D) 1 x 5 ÷ 5 x 1

ഈ നാല് ക്രിയകൾ ചെയ്താലുള്ള ഫലത്തിൽ ഒന്ന് വ്യത്യസ്തമായിരിക്കും. അത് ഏതായിരിക്കും?

20
വലിയ സംഖ്യ ഏത്?

വ്യത്യസ്തങ്ങളായ ഒമ്പത് എണ്ണൽ സംഖ്യകളുടെ ശരാശരി 225 ആണ്. ഇവയിൽ ഏറ്റവും വലിയ സംഖ്യ ആകാൻ സാധിക്കുന്ന സംഖ്യ ഏത്?

21
ഒഴിവാക്കിയ സംഖ്യ

ജോസഫ് തുടർച്ചയായ പത്തു സംഖ്യകൾ എഴുതിയശേഷം ഒരു സംഖ്യ ഒഴിവാക്കി ബാക്കി ഒമ്പതു സംഖ്യകളുടെ തുക കണ്ടു. ഈ തുക 2110 ആണ്. എന്നാൽ ഒഴിവാക്കിയ സംഖ്യ ഏതാവാനാണ് സാദ്ധ്യയുള്ളത്?

A) 235 B) 276 C) 240 D) 234

22
വിചാരിച്ച സംഖ്യ

സ്കൂൾ വിട്ട് ഏതാനും കുട്ടികൾ വീട്ടിലേക്ക് പോവുകയായിരുന്നു. അതിൽ ഒരു കുട്ടി അഭിലാഷ് മറ്റ് കുട്ടികളോടായി ഒരു ചോദ്യം "ഞാൻ മനസ്സിൽ വിചാരിക്കുന്ന ഒരു സംഖ്യ ആർക്കെങ്കിലും പറഞ്ഞുതരാൻ പറ്റുമോ?"

"അതെങ്ങനെ സാധിക്കും, ആ സംഖ്യയുടെ പ്രത്യേകതകൾ പറയണ്ടേ?"

മറ്റ് കുട്ടികൾ ചോദിച്ചു

"ശരി പറയാം 2, 3, 4, 5, 6 എന്നീ സംഖ്യകൾ കൊണ്ട് ഹരിച്ചാൽ ഒന്ന് ശിഷ്ടം വരും. പക്ഷേ 7 കൊണ്ട് ഹരിച്ചാൽ ശിഷ്ടം വരില്ല" അഭിലാഷ് താൻ വിചാരിച്ച സംഖ്യയെപ്പറ്റി പറഞ്ഞു."

"ഈ പ്രത്യേകതയുള്ള അനേകം സംഖ്യകൾ കാണും." കൂട്ടത്തിലുള്ള സുനിൽ അഭിപ്രായപ്പെട്ടു.

"സംഖ്യ 500ൽ കുറവാണ്."

സുനിൽ ഉടനെ സംഖ്യ പറഞ്ഞു അത് ശരിയാണെന്ന് അഭിലാഷ് സമ്മതിച്ചു.

സംഖ്യ ഏതെന്നും എങ്ങനെ കിട്ടിയെന്നും നിങ്ങൾക്ക് പറയാമോ?

23
മുഷിപ്പൻ ജോലി

ജോലി ഒന്നും ചെയ്യാനില്ലാത്തവർക്ക് സമയം കളയാൻ ഒരു ജോലി തരാം. ഒന്നു മുതൽ ആയിരം ഒറ്റസംഖ്യകളുടെ തുക കണ്ടുപിടിക്കുക. സൂത്രവാക്യങ്ങൾ ഒന്നും ഉപയോഗിക്കരുത്. ഒരു മുഷിപ്പൻ ജോലി അല്ലേ, ശ്രമിച്ചുനോക്കൂ.

24
സമയമെത്ര?

സുമേഷും രാഗേഷും സഹോദരന്മാരാണ്. അവർ ഒരേ വീട്ടിൽ താമസിക്കുന്നു. ഒരേ സ്കൂളിൽ പഠിക്കുന്നു. സുമേഷിന് വീട്ടിൽനിന്ന് സ്കൂളിലെത്താൻ 30 മിനിറ്റ് വേണം. രാഗേഷിന് വീട്ടിൽ നിന്ന് സ്കൂളിലെത്താനും 30 മിനിറ്റ് സമയം വേണം. അവർ രണ്ടുപേരും ഒന്നിച്ച് യാത്ര ചെയ്താൽ എത്ര സമയം കൊണ്ട് വീട്ടിൽ നിന്ന് സ്കൂളിലെത്തും?

മൂന്നിനേക്കാൾ വലുത് രണ്ട്

രണ്ടിനേക്കാൾ വലുതാണ് മൂന്ന് എന്ന് നമുക്കറിയാം. പക്ഷെ മൂന്നിനേക്കാൾ വലുത് രണ്ടാകുമോ? താഴെ കൊടുത്തിരിക്കുന്ന അസമത പരിഗണിക്കുക

$$\frac{1}{4} > \frac{1}{8}$$

ഇത് താഴെ കൊടുത്തിരിക്കുന്ന രീതിയിൽ മാറ്റി എഴുതാം.

$$\left(\frac{1}{2}\right)^2 > \left(\frac{1}{2}\right)^3$$

ലോഗരിതമെടുത്താൽ

$\log (1/2)^2 > \log (1/2)^3$

അതായത് $2 \log (1/2) > 3 \log (1/2)$

രണ്ടു ഭാഗത്തുനിന്നും $\log (1/2)$ നീക്കം ചെയ്താൽ

$$2 > 3$$

മൂന്നിനേക്കാൾ വലുതാണ് രണ്ട്!

ഗുണിച്ചാൽ തലതിരിയും

ചില സംഖ്യകളുടെ പ്രത്യേകതയാണിത്. സങ്കലനത്തിന് ഒരു ഫലം ഗുണിക്കുമ്പോൾ അതേ അക്കങ്ങൾ തലതിരിഞ്ഞുവരും. അതായത് അക്കങ്ങളുടെ സ്ഥാനം മാറും.

ഇതാ, കുറച്ച് ഉദാഹരണങ്ങൾ

9 + 9 = 18	9 x 9 = 81
24 + 3 = 27	24 x 3 = 72
47 + 2 = 49	47 x 2 = 94
497 + 2 = 499	497 x 2 = 994

ഇതേപോലുള്ള മറ്റേതെങ്കിലും സംഖ്യകൾ നിങ്ങൾക്ക് കണ്ടെത്താൻ സാധിക്കുമോ?

എളുപ്പവഴി

ഒരു ക്ലാസ്സിൽ അദ്ധ്യാപകൻ കുട്ടികളുടെ ഉത്തരക്കടലാസ് നൽകുകയായിരുന്നു. ഒരു വിദ്യാർത്ഥിയുടെ ഉത്തരം അതേ പോലെ മറ്റൊരു വിദ്യാർത്ഥി കോപ്പിയടിച്ചത് പരിശോധന ക്കിടയിൽ കണ്ടെത്തിയിരുന്നു. ഉത്തരക്കടലാസ് നൽകുന്ന തിനിടെ ആ രണ്ട് കടലാസുകൾ അദ്ധ്യാപകന്റെ ശ്രദ്ധ യിൽപ്പെട്ടു. അദ്ധ്യാപകൻ ആ രണ്ടു വിദ്യാർത്ഥികളെയും വിളിച്ച് ചോദ്യം ചെയ്തു. അതിൽ ഒരു വിദ്യാർത്ഥി തെറ്റ് സമ്മതിച്ചു. കോപ്പി അടിച്ചത് താൻതന്നെയാണ്. പക്ഷേ ചോദ്യക്കടലാസ്സിൽ പറഞ്ഞതുപോലെ മാത്രമേ ചെയ്തി ട്ടുള്ളൂ എന്നാണ് അവന്റെ വാദം.

"ചോദ്യക്കടലാസ്സിൽ എന്തായിരുന്നു?

ക്രുദ്ധനായി അദ്ധ്യാപകൻ ചോദിച്ചു.

"അടുത്ത കുട്ടിയുടെ ഉത്തരം നോക്കി എഴുതുക എന്ന് പറ ഞ്ഞിട്ടുണ്ടോ"?

"ഇല്ല സർ, പക്ഷേ എളുപ്പവഴിയിൽ ക്രിയ ചെയ്യുക എന്നു ണ്ടായിരുന്നു. അടുത്ത കുട്ടിയുടെ ഉത്തരം നോക്കിയെഴു തുന്നതിനേക്കാൾ എളുപ്പവഴി വേറെ എന്തുണ്ട് സാർ?"

പലിശ പ്രശ്നം

അദ്ധ്യാപകൻ : 45 ദിവസത്തേക്ക് പലിശ കണക്കാക്കാൻ ആവശ്യപ്പെട്ടിട്ട് നീ 60 ദിവസത്തേക്കാണല്ലോ പലിശ കണക്കാക്കിയത്.

വിദ്യാർത്ഥി : സാർ വീട്ടിൽ നിന്ന് അച്ഛൻ പറഞ്ഞു തന്നതനുസരിച്ചാണ് കണക്ക് ചെയ്തത്.

അടുത്ത വിദ്യാർത്ഥി : അവന്റെയച്ഛൻ ബ്ലെയ്ഡാണ് സാർ.

25
കൂട്ടുക, കുറയ്ക്കുക

മാന്ത്രികചതുരം എന്താണെന്ന് നിങ്ങൾക്ക് അറിയാമല്ലോ. വരിയിലും നിരയിലും കോണോടുകോണുമുള്ള സംഖ്യകളുടെ തുക തുല്യമായിരിക്കും.

താഴെ കൊടുത്തിരിക്കുന്ന ചതുരം ശ്രദ്ധിക്കുക.

333	39	228
97	200	305
172	361	65

ഇത് ഒരു മാന്ത്രികചതുരമല്ല. വരിയിലും, നിരയിലുമുള്ള സംഖ്യകളുടെ തുക തുല്യമല്ല. മേൽ കൊടുത്തിരിക്കുന്ന സംഖ്യകളിൽ ഏറ്റവും ചെറിയ എന്ത് മാറ്റം വരുത്തി ഇതൊരു മാന്ത്രികചതുരമാക്കാം?

26
പൂരിപ്പിക്കുക

ഒന്നു മുതൽ ഒമ്പതുവരെയുള്ള അക്കങ്ങൾ ഉപയോഗിച്ച് താഴെ കൊടുത്തിരിക്കുന്ന വൃത്തങ്ങൾ പൂരിപ്പിക്കുക.

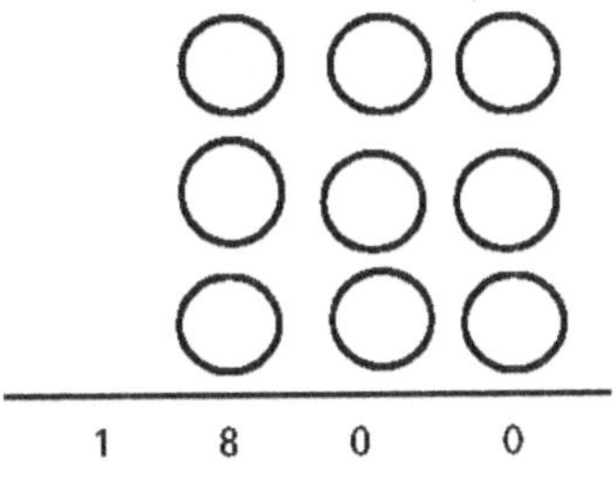

മൂന്ന് സംഖ്യകളുടെ തുക 1800 ആയിരിക്കണം. ശ്രമിച്ചു നോക്കൂ.

27
പൂരിപ്പിക്കൽ വീണ്ടും

ഒന്നുമുതൽ ഒമ്പതുവരെയുള്ള അക്കങ്ങൾ വൃത്തങ്ങളിൽ പൂരിപ്പിച്ചുകൊണ്ട് തുക 1800 കിട്ടിയല്ലോ. ഇതേ അക്കങ്ങൾ ഉപയോഗിച്ച് താഴെ കൊടുത്തിരിക്കുന്ന വൃത്തങ്ങൾ പൂരിപ്പിക്കുക.

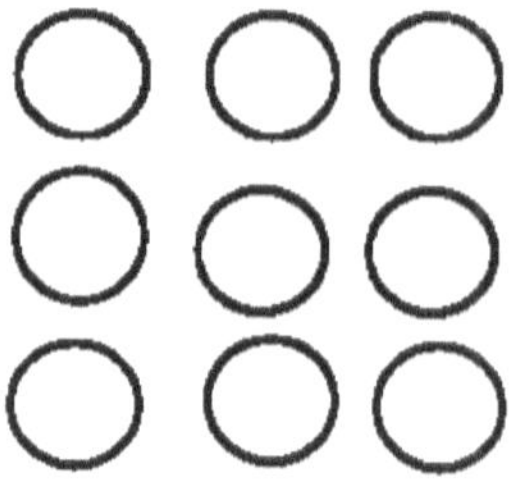

ഒന്നാമത്തെ വരിയിലെ സംഖ്യയുടെ ഇരട്ടി ആയിരിക്കണം രണ്ടാമത്തെ വരിയിലെ സംഖ്യ ഒന്നാമത്തെ വരിയിലെ സംഖ്യയുടെ മൂന്ന് മടങ്ങായിരിക്കണം മൂന്നാമത്തെ വരിയിലെ സംഖ്യ ശ്രമിച്ചുനോക്കൂ. എത്ര വ്യത്യസ്ത രീതികളിൽ ഉത്തരം കിട്ടുമെന്ന് പരിശോധിക്കുക.

28
ഒറ്റയും ഇരട്ടയും

1, 3, 5, 7, 9 എന്നിവയാണ് ഒറ്റസംഖ്യകൾ എന്ന് നമുക്കറിയാം. 2, 4, 6, 8 എന്നിവ ഇരട്ടസംഖ്യകളും. ഒറ്റ സംഖ്യകളുടെ തുക = 25 ഇരട്ടസംഖ്യകളുടെ തുക = 20 ഈ രണ്ട് തുകയും വ്യത്യസ്തമാണ്. ഒറ്റ സംഖ്യകളുടെ തുകയും ഇരട്ട സംഖ്യകളുടെയും തുക തുല്യമാക്കാമോ?

ഇവിടെ സ്വാഭാവികമായും സംശയം വരാം. 20 ഉം 25 ഉം എങ്ങനെ തുല്യമാകും?

5 + 7 + 9 + $3/_1$ എന്നതിന്റെ തുക = 24 ആണല്ലോ. ഇവിടെ എല്ലാ ഒറ്റസംഖ്യകളും ഉപയോഗിച്ചെങ്കിലും തുക 1 കുറഞ്ഞു. ഈ രീതിയിൽ എന്തെങ്കിലും മാറ്റം വരുത്തി തുക തുല്യമാക്കി യാൽ മതി.

29
സംഖ്യ നൽകുക

നമ്മുടെ സംഖ്യകൾ two, three, ten, twelve എന്നിവ t യിൽ തുടങ്ങുന്നവയാണ് Four, Five, Fourteen എന്നിവയൊക്കെ Fൽ തുടങ്ങുന്നു. Six, Seven, Seventeen എന്നിവയൊക്കെ Sൽ തുട ങ്ങുന്നു. താഴെ കൊടുത്തിരിക്കുന്ന ചതുരം ശ്രദ്ധിക്കുക.

E	E	F
S	T	F
S	T	T

മുകളിൽ കൊടുത്തിരിക്കുന്ന അക്ഷരത്തിൽ തുടങ്ങുന്ന സംഖ്യ ഉപയോഗിച്ച് ഒരു മാന്ത്രികചതുരം നിർമ്മിക്കുക. ഓരോ വരിയിലും നിരയിലും കോണോടുകോണുമുള്ള സംഖ്യകളുടെ തുക 30 ആയിരിക്കണം. ശ്രമിച്ചു നോക്കൂ.

30
പെട്ടികളുടെ എണ്ണം

ഒരു പെയ്ന്റ് കച്ചവടക്കാരന് ഓരോ ലിറ്റർ വീതമുള്ള 144 നീല പെയ്ന്റും 216 ചുമന്ന പെയ്ന്റും അയയ്ക്കണം. ഒരു പെട്ടി യിൽ ഒരിനം പെയ്ന്റ് മാത്രമേ പാക്കു ചെയ്യാൻ പാടുള്ളൂ. എല്ലാ പെട്ടിയിലും തുല്യ എണ്ണം പെയ്ന്റുകൾ മാത്രമേ വെക്കാൻ പാടുള്ളൂ. ഇവയെല്ലാം പാക്ക് ചെയ്യുന്നതിന് ഏറ്റവും കുറഞ്ഞത് എത്ര പെട്ടികൾ വേണം.

31
എങ്ങനെയൊക്കെ ഭാഗിക്കാം?

ഒരാൾക്ക് 16 ഹെക്ടർ വിസ്തീർണ്ണമുള്ള സമചതുരാകൃതിയായ ഒരു എസ്റ്റേറ്റുണ്ട്. എസ്റ്റേറ്റിന്റെ ആകൃതി താഴെ കൊടുക്കുന്നു.

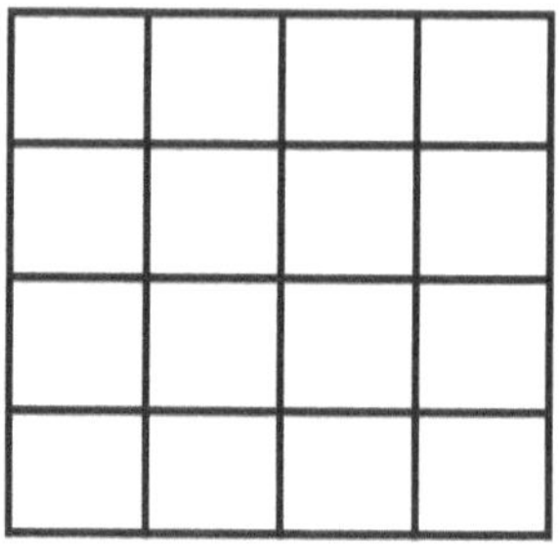

ഇത് നാലു മക്കൾക്ക് തുല്യമായി ഭാഗിക്കണം. ആകൃതിയും വിസ്തീർണ്ണവും തുല്യമായിരിക്കണം.

ഇതിനെ ഭാഗിക്കുന്നത് വളരെ എളുപ്പമായ കാര്യമാണല്ലോ. ആറ് വ്യത്യസ്തരീതികളിൽ എങ്ങനെ ഭാഗിക്കാം? ശ്രമിച്ചുനോക്കൂ.

32
അഭാജ്യസംഖ്യകൾ

ഒന്നു മുതൽ ഒമ്പതുവരെയുള്ള അക്കങ്ങളെല്ലാം ഒരു തവണ മാത്രം ഉപയോഗിച്ച് ഒമ്പത് അക്കങ്ങളുടെ എത്ര അഭാജ്യസംഖ്യകൾ എഴുതാം.

33
തുക എന്ത്?

അടുത്തടുത്ത മൂന്ന് ഒറ്റ സംഖ്യകളുടെ ഗുണനഫലം 29667 ആയാൽ ആ മൂന്ന് സംഖ്യകളുടെ തുക എന്തായിരിക്കും?

ഉത്തരം മനക്കണക്കായി പറയണം. ക്രിയ എഴുതി ഉത്തരം കണ്ടു പിടിക്കരുത്.

34
മിഠായിപ്പൊതി

ഒരു വിനോദയാത്രയിൽ ആൺകുട്ടികളും പെൺകുട്ടികളുമടക്കം പന്ത്രണ്ടു പേരുണ്ടായിരുന്നു. അവർക്ക് കിട്ടിയ ഒരു മിഠായിപ്പൊതിയിൽ 142 മിഠായികളുണ്ട്. ആൺകുട്ടികളെല്ലാം തുല്യ എണ്ണം മിഠായി എടുത്തു. പെൺകുട്ടികളും തുല്യ എണ്ണം മിഠായി എടുത്തു. പക്ഷേ പെൺകുട്ടികൾക്കെല്ലാവർക്കും രണ്ടെണ്ണം കൂടുതൽ കിട്ടി. യാത്രാസംഘത്തിൽ എത്ര ആൺ കുട്ടികളും, പെൺകുട്ടികളും ഉണ്ടെന്ന് പറയാമോ?

35
ബാളുകളുടെ എണ്ണം

ഒരു പെട്ടിയിൽ അഞ്ച് വ്യത്യസ്ത നിറങ്ങളുള്ള അഞ്ച് വീതം ബാളുകളുണ്ട്. ഒരു കുട്ടിയുടെ കണ്ണുകൾ കെട്ടിയതിനു ശേഷം രണ്ട് വ്യത്യസ്ത നിറത്തിലുള്ള ബാളുകൾ എടുക്കാനാവശ്യപ്പെടുന്നു. നിർബന്ധമായും രണ്ട് വ്യത്യസ്ത നിറത്തിലുള്ള ബാളുകൾ കിട്ടണമെങ്കിൽ ഏറ്റവും കുറഞ്ഞത് എത്ര ബാളുകൾ എടുത്തിരിക്കണം?

36
X ന്റെ വില എന്ത്?

$4^{44} + 4^{44} + 4^{44} + 4^{44} = 44^{x}$

ആയാൽ x ന്റെ വില എന്തായിരിക്കും?

37
എന്താണ് ബന്ധം?

താഴെ കൊടുത്തിരിക്കുന്ന സംഖ്യകൾ ശ്രദ്ധിക്കുക.

976, 378, 168, 48, 32, 6

ഈ സംഖ്യകൾ ഒരു പ്രത്യേക ക്രമത്തിൽ, ഒരു നിശ്ചിത ബന്ധത്തെ അടിസ്ഥാനമാക്കിയാണ് നൽകിയിട്ടുള്ളത്. ഈ സംഖ്യകൾ എങ്ങനെ പരസ്പരം ബന്ധപ്പെട്ടിരിക്കുന്നു?

38
തീപ്പെട്ടിക്കമ്പു പ്രശ്നം

എട്ട് തീപ്പെട്ടിക്കമ്പുപയോഗിച്ച് താഴെ കൊടുത്തിരിക്കുന്ന രീതിയിൽ ക്രമീകരിച്ചിരിക്കുന്നു.

IX = VI

റോമൻ അക്കത്തിൽ 9 = 6 എന്ന് സൂചിപ്പിക്കുന്ന ഈ സമവാക്യം ശരിയല്ല എന്ന് നമുക്കറിയാം. മൂന്ന് തീപ്പെട്ടിക്കമ്പുകൾ ഉപയോഗിച്ച് ഇത് എങ്ങനെ ശരിയാക്കാം?

39
തുക എന്ത്?

$2^{10} = 1024$ ആയാൽ $2^0 + 2^1 + 2^2 + 2^3 + 2^4 + \ldots\ldots + 2^9 + 2^{10}$ എത്ര?

40
എങ്ങനെ ജയിക്കാം?

ഒരു ചെസ്സ് ബോർഡ് നിങ്ങൾ കണ്ടിരിക്കും 32 കറുത്ത ചതുരങ്ങളും, 32 വെളുത്ത ചതുരങ്ങളും ഉൾപ്പെടെ 64 ചതുരങ്ങൾ

ആണ് ഒരു ചെസ്സ് ബോർഡിൽ ഉണ്ടാവുക. ചെസ്സ് ബോർഡിന്റെ ഒരു ചിത്രം താഴെ കൊടുക്കുന്നു.

ചെസ്സ് ബോർഡിൽ കറുപ്പും വെളുപ്പും ആയി രണ്ട് നിറങ്ങളിലാണ് ചതുരങ്ങൾ ഉള്ളത്. നിങ്ങൾ ഇത്തരം ഒരു ചിത്രം കടലാസിൽ വരച്ച് തയ്യാറാക്കുക. ഒരു കത്രിക അഥവാ ബ്ലേഡ് ഉപയോഗിച്ച് ഇവയെ കഷ്ണങ്ങളായി മുറിച്ച് മാറ്റണം. ഒരു നിബന്ധനയുണ്ട്. ഒരു നിറത്തിലുള്ള എത്ര ചതുരങ്ങൾ മുറിച്ചെടുക്കുന്നുവോ അതിന്റെ ഇരട്ടി എണ്ണം മറ്റേ നിറത്തിലുള്ള ചതുരങ്ങൾ മുറിച്ചുമാറ്റണം. അതായത് വെള്ള നിറത്തിലുള്ള രണ്ട് ചതുരങ്ങൾ മുറിക്കുമ്പോൾ കറുത്ത നിറത്തിലുള്ള നാല് ചതുരങ്ങൾ മുറിച്ചു മാറ്റണം. കറുത്ത നിറത്തിലുള്ള രണ്ട് ചതുരങ്ങളാണ് മുറിക്കുന്നതെങ്കിൽ വെള്ള നിറത്തിലുള്ള നാല് ചതുരങ്ങൾ മുറിച്ചുമാറ്റണം. കള്ളി ഒന്നും ബാക്കി വരാതെ, എല്ലാ കള്ളികളും എങ്ങനെ മുറിച്ചുമാറ്റാം എന്നതാണ് പ്രശ്നം. ഇങ്ങനെ കൃത്യമായി മുറിച്ചുമാറ്റാൻ നിങ്ങൾക്ക് സാധിച്ചാൽ നിങ്ങൾ ഈ കളിയിൽ വിജയിച്ചു എന്നു പറയാം. ഏത് വിധത്തിൽ മുറിച്ചാൽ നിങ്ങൾക്ക് വിജയിക്കാൻ സാധിക്കും എന്ന് പരിശോധിക്കുക.

41
തുല്യമാക്കാമോ?

താഴെ കൊടുത്തിരിക്കുന്ന സമവാക്യങ്ങൾ ശ്രദ്ധിക്കുക.

3 + 4 = 5

3 + 4 + 5 = 6

ഇവ രണ്ടും ശരിയല്ല എന്ന് നമുക്കറിയാം. ഏതു സംഖ്യ രണ്ടു ഭാഗത്തും ചേർത്ത് ഇവ തുല്യമാക്കാം? അഥവാ ഇവ എങ്ങനെ തുല്യമാക്കാം?

42
വർഗ്ഗചതുരം

ഒരു സംഖ്യയെ അതേ സംഖ്യകൊണ്ട് ഗുണിച്ചാൽ കിട്ടുന്ന ഫലം വർഗ്ഗം (Square) എന്നാണല്ലോ അറിയപ്പെടുന്നത് വർഗ്ഗ സംഖ്യകൾ അഥവാ പൂർണ്ണവർഗ്ഗങ്ങൾ മാത്രം ഉൾപ്പെടുന്ന ഒരു ചതുരം നിർമ്മിക്കാമോ? ഓരോ വർഗ്ഗസംഖ്യയിലും അഞ്ചക്കങ്ങൾ ഉണ്ടായിരിക്കണം. വരിയിലുള്ള അതേ സംഖ്യ നിരയിലും ഉണ്ടായിരിക്കണം.

പ്രത്യേകത

0,1,5,6,25,76 എന്നീ സംഖ്യകൾക്കെല്ലാമുള്ള പ്രത്യേകത എന്താണെന്ന് പറയാമോ? ഇവയുടെ എല്ലാം വർഗ്ഗങ്ങൾ ഇതേ സംഖ്യയിൽത്തന്നെയാണ് അവസാനിക്കുന്നത്. മാത്രമല്ല, ഈ സംഖ്യകളിൽ അവസാനിക്കുന്ന എല്ലാ സംഖ്യകളുടെ വർഗ്ഗങ്ങളും ഇതേ സംഖ്യയിൽ അവസാനിക്കുന്നു.

43
സംഖ്യകൾ ഏവ?

പത്തക്കങ്ങളുള്ള രണ്ട് സംഖ്യകളുണ്ട്. ഇവയിലെ അക്കങ്ങളൊന്നും ആവർത്തിക്കുന്നില്ല. അതിന്റെയർത്ഥം സംഖ്യകളിൽ എല്ലാ അക്കങ്ങളും ഉണ്ട് എന്നാണ്. ഈ രണ്ട് സംഖ്യകളും പൂർണ്ണ വർഗ്ഗങ്ങളാണ്. ഇവയുടെ വർഗ്ഗമൂലങ്ങൾക്കും ഒരു പ്രത്യേകതയുണ്ട്. ഇവ പാലിൻഡ്രോമു(palindrome)കളാണ്. ഇടത്തോട്ടും വലത്തോട്ടും ഒരേ അക്കങ്ങൾ ഉള്ളവയാണ് പാലിൻഡ്രോമുകൾ. 252 പോലെ. അത്ഭുതകരമായ പ്രത്യേകതകളുള്ള ഈ സംഖ്യകൾ ഏതായിരിക്കും?

ഒരു ക്ലോക്കിന്റെ മുഖം ശ്രദ്ധിക്കുക

ഇതിൽ ഒന്ന് മുതൽ 12 വരെയുള്ള സംഖ്യകളെ 9 എന്ന അക്കം കൊണ്ടുമാത്രമാണ് രേഖപ്പെടുത്തിയിട്ടുള്ളത്.

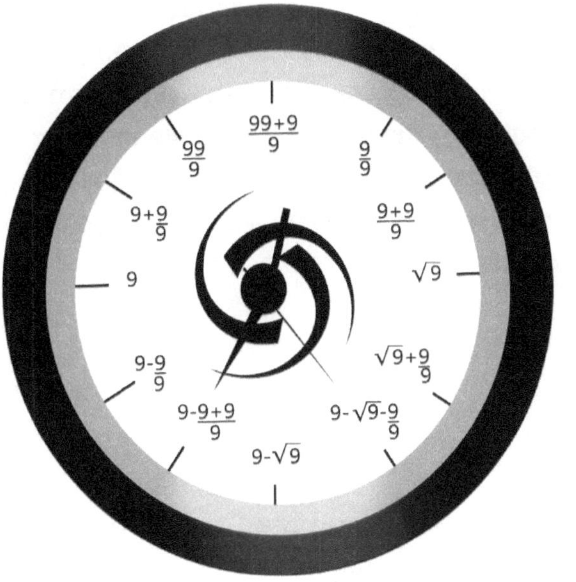

മേൽക്കാണിച്ച ബ്ലോക്കിനുള്ളിൽ BODMAS എന്ന തത്ത്വമാണ് ഉപയോഗിച്ചിട്ടുള്ളത്. BODMAS is an acronym indicating brackets(B), order(O), division(D), multiplication(M), addition(A) and subtraction(S). This helps the student to understand the order in which the equation steps are completed in the correct order. അതായത് ആദ്യം ബ്രായ്ക്കറ്റിൽ ഉള്ളത് ചെയ്യുക (അത് Division/Multiplication/Addition/Sutbraction ഇതിൽ ഏതായാലും.). പിന്നീട് ഹരിക്കാനുള്ളത് (Division), പിന്നെ ഗുണനം (Multiplication), സങ്കലനം (Addition), അതിനു ശേഷം വ്യവകലനം (Sutbraction)

44
ക്യൂബുകൾ

ഒരു സംഖ്യയെ അതേ സംഖ്യകൊണ്ട് ഗുണിച്ചാൽ കിട്ടുന്ന ഫലം വർഗ്ഗം (square) എന്നറിയപ്പെടുന്നു. വീണ്ടും ഒരു പ്രാവശ്യം കൂടി ഗുണിച്ചാൽ കിട്ടുന്ന ഫലമാണ് ക്യൂബ്. നമുക്ക് പൂജ്യം മുതൽ ഒമ്പതു വരെ പത്ത് അക്കങ്ങളാണുള്ളത്. ഈ പത്ത് അക്കങ്ങളും ഉൾപ്പെടുന്ന ഒരു ക്യൂബാണ് 21834609875. ഇത് 2795ന്റെ ക്യൂബാണ്. ഇതിൽ പതിനൊന്ന് അക്കങ്ങളുണ്ട്. (എട്ട് ആവർത്തിച്ചിരിക്കുന്നു.) ഇങ്ങനെ ഏതെങ്കിലും ഒരക്കം ആവർത്തിക്കുന്ന, പതിനൊന്ന് അക്കങ്ങളുള്ള അഞ്ച് ക്യൂബുകൾ കണ്ടുപിടിക്കാമോ?

45
ക്യൂബ് ഏത്?

നാലക്കമുള്ള ഒരു സംഖ്യയുടെ ക്യൂബ് (മൂന്നാം വർഗ്ഗം) ഒരു പാലിൻഡ്രോമികസംഖ്യയാണ്. അപൂർവ പ്രത്യേകതയുള്ള ഈ ക്യൂബ് ഏതായിരിക്കും?

46
എത്ര വിധത്തിൽ ഇരിക്കാം?

തീവണ്ടി ഒരു സ്റ്റേഷനിൽ എത്തിയപ്പോൾ ഒരു കമ്പാർട്ടുമെന്റിൽ ഏഴു സീറ്റുകൾ ഒഴിവുണ്ടായിരുന്നു. ആ സ്റ്റേഷനിൽ നിന്ന് ആ കമ്പാർട്ട്മെന്റിലേക്ക് ഏഴ് യാത്രക്കാർ കയറി. എല്ലാവരും ഓരോ സീറ്റിൽ ഇരിക്കുന്നു. അവർക്ക് എത്ര വ്യത്യസ്ത രീതികളിൽ ഇരിക്കാം?

47
50ഉം 188ഉം

അമ്പത് എന്ന സംഖ്യയുടെ ഒരു പ്രത്യേകത ശ്രദ്ധിച്ചുവോ?

$1^2 + 7^2 = 1 + 49 = 50$

$5^2 + 5^2 = 25 + 25 = 50$

പൂർണ്ണവർഗ്ഗങ്ങളുടെ തുകയായി അമ്പതിനെ രണ്ട് വിധത്തിൽ എഴുതാം. ഇതേ പ്രത്യേകതയുള്ള മറ്റൊരു സംഖ്യയാണ് 188. ഇതിനെ എങ്ങനെ പൂർണ്ണവർഗ്ഗങ്ങളുടെ തുകയായി രണ്ട് വിധത്തിൽ എഴുതാം.

48
മൂന്ന് ആറുകൾ

മൂന്ന് ആറുകൾ ഉപയോഗിച്ച് എങ്ങനെ 20 നെ സൂചിപ്പിക്കാം? മറ്റ് അക്കങ്ങളൊന്നും ഉപയോഗിക്കരുത്. അംഗീകരിക്കപ്പെട്ട ഗണിത ചിഹ്നങ്ങൾ ഉപയോഗിക്കാം.

രസമുള്ള ഗുണിതങ്ങൾ

ഒമ്പതാം നൂറ്റാണ്ടിൽ ഭാരതത്തിൽ ജീവിച്ചിരുന്ന മഹാവീരാചാര്യരുടെ ഗണിതസാരസംഗ്രഹത്തിൽ കൊടുത്തിരിക്കുന്ന രസകരമായ ചില ഗുണിതങ്ങൾ ഇതാ

12345679 X 9	= 111 111 111
14287143 X 7	= 100 010 001
142857143 X 7	= 1 000 000 001
152207 X 73	= 11 111 111

49
നിറമുള്ള മുഖങ്ങൾ

8 സെ.മീ., 10 സെ.മീ., 12 സെ.മീ അളവുള്ള കട്ടിയായ ഒരു ചതുരക്കട്ടയുടെ പുറത്ത് ചുവന്നനിറം പൂശിയിരിക്കുന്നു. ഇതിനെ സെന്റീമീറ്റർ ക്യൂബുകളാക്കി മുറിക്കുന്നു. ഇതിന് എത്രയെണ്ണത്തിന് ഒരു മുഖത്തിലെങ്കിലും ചുവന്നനിറം ഉണ്ടായിരിക്കും? ചതുരക്കട്ട നിർമ്മിക്കപ്പെട്ട വസ്തുവിന് ചുവന്ന നിറമല്ല ഉള്ളത്.

50
വീടുകളുടെ എണ്ണം

ഒരു റോഡിന്റെ ഇരു വശങ്ങളിലുമായി ഒരേ വലിപ്പത്തിലും ആകൃതിയിലുമുള്ള വീടുകളുണ്ട്. ഇവ തുല്യ അകലത്തിലും, നേരെ എതിരായും ആണ് സ്ഥിതി ചെയ്യുന്നത്. രണ്ടു വശത്തുള്ള വീടുകൾക്കും 1, 2, 3, 4,.... എന്നിങ്ങനെ തുടർച്ചയായാണ് നമ്പർ നൽകിയിട്ടുള്ളത്. രണ്ടു വശത്തും തുല്യ എണ്ണം

വീടുകളാണുള്ളത്. ഒരു വശത്ത് 34 എന്ന നമ്പറിന്റെ നേരെ എതിർവശത്തുള്ള വീട്ടിന്റെ നമ്പർ 67 ആണ്. ആ റോഡിന്റെ ഓരോ വശത്തും എത്ര വീതം വീടുകളുണ്ട്?

ഈ ആനയ്ക്കെത്ര കാലുകൾ ?

പൈഥഗോറസും ബീൻസും

ലോകം മുഴുവൻ സംഖ്യാമയമാണെന്ന് പ്രഖ്യാപിച്ച ഗ്രീക്ക് ഗണിതശാസ്ത്രജ്ഞൻ പൈഥഗോറസ് ലോകത്തിലെ ആദ്യത്തെ കെട്ടുറപ്പുള്ള ഒരു രഹസ്യസംഘത്തിന്റെ നേതാവായിരുന്നു. 'പൈഥഗോറിയൻ സഹോദരസംഘം' (Pythagorean brotherhood) എന്ന പേരിൽ അറിയപ്പെട്ടിരുന്ന സംഘത്തിലെ അനിഷേധ്യ നേതാവായിരുന്നു പൈഥഗോറസ്. സംഘത്തിലെ ഏതംഗം എന്ത് കണ്ടുപിടിത്തം നടത്തിയാലും അത് പൈഥഗോറസിന്റെ പേരിൽ മാത്രമേ അറിയപ്പെടാൻ പാടുള്ളൂ. സംഘനിയമങ്ങൾ അനുസരിക്കാത്തവർക്ക് വധശിക്ഷപോലും നൽകിയിരുന്നു.

രസകരമായ പല നിയമങ്ങളും സംഘത്തിനുണ്ടായിരുന്നു. നിലത്തു വീണതൊന്നും എടുക്കരുത്. വെളുത്ത പൂവൻ കോഴിയെ തൊടരുത്. ഇരുമ്പുവടികൊണ്ട് അടുപ്പിലെ തീ ഇളക്കരുത്. മീവൽ പക്ഷികളെ വീട്ടിൽ കൂടു കെട്ടാനനുവദിക്കരുത്. ആരും ബീൻസ് തിന്നരുത് തുടങ്ങിയവയായിരുന്നുവത്രെ ചില നിയമങ്ങൾ.

സംഘാംഗങ്ങൾ ബീൻസ് ഉപയോഗിക്കരുത് എന്നതിന് കാരണമായി പറയപ്പെടുന്നത് പുനർജന്മവിശ്വാസമാണ്. ഭാരതീയരെപ്പോലെ പൈഥഗോറസും പുനർജന്മത്തിൽ വിശ്വസിച്ചിരുന്നു. ഒരു മനുഷ്യൻ മരണപ്പെട്ടാൽ ആത്മാവ് ഉടനെ മറ്റൊരു ശരീരത്തിലേക്ക് കുടിയേറിപ്പാർക്കുന്നതാണല്ലോ പുനർജന്മം. ഇങ്ങനെ ഒരു ശരീരത്തിൽ നിന്ന് മറ്റൊരു ശരീരത്തിലേക്ക്,

മറ്റൊരു മനുഷ്യനിലോ മൃഗത്തിലോ പോകുമ്പോൾ പെട്ടെന്ന് ശരീരം കിട്ടാത്ത ഒരു അവസ്ഥ വരാമല്ലോ. ഒരു ശരീരത്തിൽ നിന്ന് പുറപ്പെട്ടു മറ്റൊരു സ്ഥലത്ത് പെട്ടെന്ന് എത്തിയതുമില്ല. അപ്പോൾ അതിനൊരു ഇടത്താവളം വേണ്ടേ? അത്തരമൊരു ഇടത്താവളമത്രേ ബീൻസ്. ബീൻസിൽ മനുഷ്യന്റെ ആത്മാവ് കുടികൊള്ളാൻ സാദ്ധ്യതയുണ്ട് എന്ന വിശ്വാസമുള്ളതിനാൽ അദ്ദേഹം ബീൻസ് ഭക്ഷിക്കാതായി. ബീൻസ് ഭക്ഷിക്കരുത് എന്ന് ശിഷ്യന്മാർക്ക് നിർദ്ദേശം നൽകുകയും ചെയ്തു. പൈഥഗോറിയന്മാരുടെ ബീൻസിനോടുള്ള വിരോധം ഒരു തെരഞ്ഞെടുപ്പിന് പങ്കെടുക്കാനുള്ള അവസരം നഷ്ടപ്പെടുത്തുകയുണ്ടായി. ഏഥൻസിൽ അക്കാലത്ത് നടത്തിയ ഒരു തെരഞ്ഞെടുപ്പിൽ ബാലറ്റ് കടലാസിന് പകരം ബീൻസാണ് ഉപയോഗിച്ചിരുന്നത്. ബീൻസ് ഒഴിവാക്കണം എന്ന നിർദ്ദേശമുള്ളതിനാൽ പൈഥഗോറിയൻമാർക്ക് തെരഞ്ഞെടുപ്പ് ബഹിഷ്കരിക്കേണ്ടിവന്നു.

പൈഥഗോറസിന്റെ പുനർജന്മ വിശ്വാസത്തെപ്പറ്റി മറ്റൊരു കഥ കൂടിയുണ്ട്. ഒരിക്കൽ പൈഥഗോറസ് നടന്നുപോവുകയായിരുന്നു. വഴിയരികിൽ ഒരാൾ ഒരു പട്ടിക്കുട്ടിയെ തല്ലുന്നതു കണ്ടു. ഉടനെ അദ്ദേഹം ആ പട്ടിക്കുട്ടിയെ തല്ലരുത് എന്ന് വിളിച്ചു പറഞ്ഞു. തല്ലുമ്പോൾ പട്ടിക്കുട്ടിയുണ്ടാക്കുന്ന ശബ്ദം തന്റെ സുഹൃത്തിന്റേതാണെന്ന് തോന്നിയതുകൊണ്ടാണ് പട്ടിക്കുട്ടിയെ തല്ലരുത് എന്ന് വിളിച്ചുപറഞ്ഞത്. തന്റെ സുഹൃത്തിന്റെ ആത്മാവ് ആ പട്ടിയിൽ ഉണ്ടെന്ന് അദ്ദേഹം തിരിച്ചറിഞ്ഞുവത്രെ.

ചോദ്യം ചെയ്യപ്പെടാത്ത അനിഷേധ്യ നേതാവായിരുന്നു പൈഥഗോറസെങ്കിലും പിന്നീട് പൈഥഗോറസിന് സഹോദര സംഘത്തിൽ സ്ഥാനം നഷ്ടപ്പെടുകയുണ്ടായി. സംഘത്തിൽ കലാപമുണ്ടായതോടെ, ലഹളയിൽപ്പെട്ട് പൈഥഗോറസിനും കുറച്ച് അനുയായികൾക്കും പ്രാണരക്ഷാർത്ഥം ഓടിപ്പോകേണ്ടി വന്നു. ഒരു വീട്ടിൽ അവർ അഭയം തേടിയെങ്കിലും ശത്രുക്കൾ പിന്നാലെ ഓടിയെത്തി ആ വീട്ടിന് തീവെച്ചു. കത്തിയെരിയുന്ന വീട്ടിൽ നിന്നും പൈഥഗോറസും അനുയായികളും മരണപ്പാച്ചിൽ നടത്തി. ഒടുവിൽ അവർക്ക് അഭയം കിട്ടിയത് ഒരു ബീൻസ് തോട്ടത്തിലായിരുന്നു. പൈഥഗോറസിനാണെങ്കിൽ ബീൻസ് തൊടാനും മടി. പൈഥഗോറസ് ആകെ പരുങ്ങലിലായി. ആ സമയം ശത്രുക്കൾ അദ്ദേഹത്തെ കണ്ടെത്തി വധിച്ചു കളഞ്ഞു.

ഡ്രൈവിംഗും കണക്കും

റോഡുകളെല്ലാം തന്നെ പരസ്പരം ബന്ധപ്പെട്ടാണല്ലോ കിടക്കുന്നത്. കേരളത്തിലെ റോഡുകളുടെ നീളം വളരെ വലിയ ഒരു സംഖ്യയായിരിക്കും. റോഡുകളുടെ വീതിയോ? നീളത്തെ അപേക്ഷിച്ച് വളരെ നിസ്സാരവും.

കണക്ക് ശാസ്ത്രജ്ഞന്മാർ വളരെ നിസ്സാരമായ അളവുകൾ തള്ളിക്കളയാറാണ് പതിവ്.

അതിനാൽ കണക്ക് പഠിച്ചവർക്ക് ഡ്രൈവ് ചെയ്യാൻ ഭയങ്കര പേടിയായിരിക്കും. കാരണം റോഡിന്റെ വീതി നീളത്തെയപേക്ഷിച്ച് തള്ളിക്കളയാവുന്നതാണല്ലോ.

ഉത്തരങ്ങൾ

1
രണ്ടും രണ്ടും അഞ്ച്

ഒരു സംഖ്യയെ അതേ സംഖ്യകൊണ്ട് ഗുണിച്ചാൽ സംഖ്യയുടെ വർഗ്ഗം കിട്ടും എന്ന് നമുക്കറിയാം

$$5 \times 5 = 25$$

$$-5 \times -5 = 25$$

5 ന്റെയും -5 ന്റെയും വർഗ്ഗം 25 ആയിരിക്കും. 25ന്റെ വർഗ്ഗമൂലം എടുക്കുമ്പോൾ 5 മാത്രം പരിഗണിച്ചാൽ പോര. -5 ഉം പരിഗണിക്കണം.

$(4 - 9/2)^2$ ന്റെയും $(5 - 9/2)^2$ ന്റെയും വർഗ്ഗമൂലമെടുത്തപ്പോഴാണ് പ്രശ്നമുണ്ടായത്. ആദ്യത്തേതിന്റെ പോസിറ്റീവ് വിലയും രണ്ടാമത്തേതിന്റെ നെഗറ്റീവ് വിലയുമാണ് പരിഗണിക്കേണ്ടിയിരുന്നത്. ഈ ഒരു അശ്രദ്ധ നമ്മെ വിചിത്രമായ ഒരു ഉത്തരത്തിലേക്കാണ് നയിച്ചത്.

2
എത്ര ത്രികോണങ്ങൾ?

മൂന്ന് കമ്പുകൾ ഉപയോഗിച്ച് ഒരു ത്രികോണം മാത്രമേ നിർമ്മിക്കാൻ സാധിക്കുകയുള്ളൂ. 2, 3, 4, സെന്റിമീറ്റർ നീളമുള്ളവ മാത്രം ഉപയോഗിച്ച് ഒരു സെന്റിമീറ്റർ നീളമുള്ള കമ്പ് ഒരു വശത്തിന് ഉപയോഗിക്കാൻ പറ്റില്ല. ഏത് ത്രികോണത്തിന്റെയും രണ്ട് വശങ്ങളുടെ തുക മൂന്നാമത്തെ വശത്തേക്കാൾ

കുറഞ്ഞിരിക്കണം. (1, 2, 3) (1, 3, 4) എന്നീ വശങ്ങളുള്ള ത്രികോണങ്ങൾക്ക് പ്രസക്തിയില്ല.

3
വർഷം ഏത്?

ഒരു സാധാരണ വർഷത്തിന് 365 ദിവസങ്ങളാണുണ്ടാവുക. ഇത് 52 ആഴ്ചയും ഒരു ദിവസവും ആയിരിക്കും. അപ്പോൾ ഏത് ആഴ്ചയിലാണോ ജനുവരി ഒന്ന് തുടങ്ങിയത് അതേ ആഴ്ചയിൽ ഡിസംബർ 31 അവസാനിക്കും.

അധിവർഷമാകുമ്പോൾ വർഷത്തിന് 366 ദിവസങ്ങൾ ഉണ്ടായിരിക്കും. അപ്പോൾ ജനുവരി ഒന്നും ഡിസംബർ 31 ഉം ആഴ്ചകൾ വ്യത്യാസപ്പെട്ടിരിക്കും. അതായത് ബോബൻ ജനിച്ചത് ഒരു അധിവർഷത്തിൽ ആയിരുന്നുവെന്ന് അനുമാനിക്കാം. 1975 നും 1979 നും ഇടക്കുള്ള അധിവർഷം 1976 ആണ്. ബോബന്റെ ജനന വർഷം 1976 ആണ്.

4
അടുത്ത വർഷം ഏത്?

ഇതേ പ്രത്യേകതയുള്ള അടുത്ത സംഖ്യ 6009 ആയിരിക്കും. ഇങ്ങനെയൊരു വർഷത്തിന് നാം നാലായിരത്തോളം വർഷങ്ങൾ കാത്തിരിക്കേണ്ടിവരും!

5
ഹരണഫലം എത്ര?

നാലക്കങ്ങൾ ഒരേക്രമത്തിൽ രണ്ട് തവണ ആവർത്തിക്കുന്നുവെങ്കിൽ ആ സംഖ്യയെ 10001 കൊണ്ട് ഹരിച്ചാലുള്ള ഫലം ആദ്യത്തെ നാലക്കം തന്നെയായിരിക്കും. അതിനാൽ ആവശ്യപ്പെട്ട ഹരണഫലം 1999 ആയിരിക്കും.

6
മര്യാദക്കാരായ കള്ളന്മാർ

ആകെ ശേഖരിച്ച തേങ്ങ = 3121

ഇത് കൃത്യമായി 5 ഭാഗമാക്കുമ്പോൾ 1 ബാക്കിവരും

ഒന്നാമത്തേയാൾ എടുത്തത് = (3120/5) + 1 = 625

ബാക്കി = 3121 − 625 = 2496.

രണ്ടാമത്തേയാൾ എടുത്തത് (2495/5) + 1 = 500

ബാക്കി = 2496 − 500 = 1996

മൂന്നാമത്തേയാൾ എടുത്തത് = (1995/5) + 1 = 400

ബാക്കി = 1996 − 400 = 1596

നാലാമത്തെയാൾ എടുത്തത് (1595/5) + 1 = 320

ബാക്കി = 1596 − 320 = 1276

അഞ്ചാമത്തെയാൾ എടുത്തത് = (1275/5) + 1 = 256

ബാക്കി = 1276 − 256 = 1020

7
വർഗ്ഗം വരുന്നവ

ഇതുപോലുള്ള അനേകം സംഖ്യകൾ കണ്ടുപിടിക്കാം.

ഒരു സംഖ്യ 1501 ആണ്.

1503ന്റെ ഘടകങ്ങൾ 1, 19, 79, 1501

ഇവയുടെ തുക = 1600

ഇത് 40 ന്റെ വർഗ്ഗമാണല്ലോ.

8
അക്കങ്ങളുടെ എണ്ണം

5 X 2 =10 എന്ന് നമുക്കറിയാം

4^{12} നെ നമുക്ക് 4^{6} X 4^{6} എന്നെഴുതാം

4^{6} എന്നത് 2^{12} ആയിരിക്കും

$4^{12} \times 5^{12}$ എന്നത് $4^{6} \times 2^{12} \times 5^{12}$ ആയിരിക്കുമല്ലോ
$2^{12} \times 5^{12}$ എന്നതിന്റെ ഗുണനഫലത്തിൽ 12 പൂജ്യങ്ങൾ ഉണ്ടായിരിക്കും.

$4^{6} = 4096$

ഇതിൽ നാലക്കങ്ങളുണ്ട്.

അപ്പോൾ ആകെ 16 അക്കങ്ങൾ ഉണ്ടായിരിക്കും.

9
വിസ്തീർണ്ണമെന്ത്?

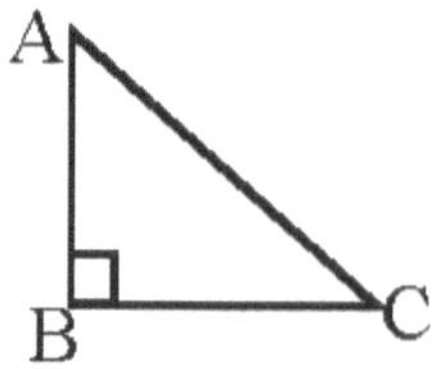

മട്ടത്രികോണത്തിന്റെ നീളം a, b, c ആയാൽ

ചുറ്റളവ് $a+b+c = 60$

ഏറ്റവും നീളം കൂടിയ വശം മട്ടത്രികോണത്തിന്റെ കർണ്ണമായിരിക്കും.

കർണ്ണം = c എന്നിരിക്കട്ടെ

$a + b + c = 60$ ഉം

$c = 26$ ഉം ആയതിനാൽ

$a + b = 70 - 26 = 44$

പൈഥഗോറസ് സിദ്ധാന്തപ്രകാരം

$a^2 + b^2 = c^2$

$(a+b)^2 = a^2 + b^2 + 2ab$ എന്ന് നമുക്കറിയാം.

അതായത് $34^2 = c^2 + 2ab$

$34^2 = 26^2 + 2ab$

$1156 = 676 + 2ab$

$2ab = 1156 - 676 = 480$

മട്ടത്രികോണത്തിന്റെ വിസ്തീർണ്ണം ab/2 ആയിരിക്കും.

2ab = 480 ആയതിനാൽ ab/2

480/4 = 120

തോട്ടത്തിന്റെ വിസ്തീർണ്ണം 120 ച.മീറ്റർ ആയിരിക്കും.

10
എത്ര രൂപയാകും?

ആദ്യത്തെ വരിയിലെ നാണയങ്ങളുടെ എണ്ണം = 1

രണ്ടാമത്തെ വരിയിലെ നാണയങ്ങളുടെ എണ്ണം = 3

രണ്ടു വരികളിലെ നാണയങ്ങളുടെ ആകെ എണ്ണം = 1+3 = 4

മൂന്നാം വരിയിലെ നാണയങ്ങളുടെ എണ്ണം = 5

മൂന്ന് വരികളിലെ നാണയങ്ങളുടെ ആകെ എണ്ണം =4+5=9

നാലാം വരിയിലെ നാണയങ്ങളുടെ എണ്ണം = 7

നാല് വരികളിലെ നാണയങ്ങളുടെ ആകെ എണ്ണം=9+7=16

നാണയങ്ങളുടെ ആകെ എണ്ണം 1, 4, 9, 16, ...

എന്നിങ്ങനെയാണ്.

ഇതിനെ 1^2, 2^2, 3^2, 4^2 എന്നിങ്ങനെ എഴുതാം. അതായത് 100 വരികൾ ആയാൽ ആകെ നാണയങ്ങളുടെ എണ്ണം 100^2 അഥവാ 10000 ആയിരിക്കും.

ആകെ തുക പതിനായിരം രൂപയാകും.

11
എത്ര ചതുരങ്ങൾ?

രണ്ട് നീളവും രണ്ട് വീതിയും ചേർന്നതാണ് ചതുരത്തിന്റെ ചുറ്റളവ്.

തന്നിരിക്കുന്ന ചതുരത്തിന്റെ ചുറ്റളവ് = 20 സെ.മീ.

നീളം + വീതി = 10 സെമീ.

നീളങ്ങളെല്ലാം പൂർണ്ണ സംഖ്യകളാണ്

സാദ്ധ്യതയുള്ള അളവുകൾ (1, 9), (2, 8), (3, 7), (4, 6), (5, 5) എന്നിവ മാത്രമാണ്.

∴ ചതുരങ്ങളുടെ എണ്ണം = 5

കുറിപ്പ്: സമചതുരത്തെയും ചതുരമായി പരിഗണിച്ചിരിക്കുന്നു.

12
ഒറ്റപ്പാത്രം

ക്യൂബിന്റെ വശം a ആയാൽ വ്യാപ്തം a^3 ആയിരിക്കും.

ഒന്നാമത്തെ ക്യൂബിന്റെ വ്യാപ്തം = 6^3 = 216 യൂനിറ്റ്

രണ്ടാമത്തെ ക്യൂബിന്റെ വ്യാപ്തം = 8^3 = 512 യൂനിറ്റ്

മൂന്നാമത്തെ ക്യൂബിന്റെ വ്യാപ്തം = 10^3 = 1000 യൂനിറ്റ്

ആകെ വ്യാപ്തം = 216+512+1000 = 1728

ഇതിന്റെ മൂന്നാം വർഗ്ഗമൂലമായിരിക്കും ഒറ്റപ്പാത്രത്തിന്റെ നീളം.

ഒറ്റപ്പാത്രത്തിന്റെ നീളം = 3 1728 =12

13
ശമ്പളക്കണക്ക്

ഭാര്യയുടെ ശമ്പളം = 100 രൂപ എന്നിരിക്കട്ടെ.

അജിത്തിന്റെ ശമ്പളം 50% കൂടുതലാണ്.

അജിത്തിന്റെ ശമ്പളം = 150 രൂപ

ഭാര്യയുടെ ശമ്പളത്തിന്റെ വ്യത്യാസം = 150 - 100 = 50 രൂപ

അജിത്തിന്റെ ശമ്പളം 150 രൂപ അതിനാൽ

ശമ്പളത്തിന്റെ അനുപാതം = $\frac{50}{150}$

ശതമാന രൂപം = $\frac{50}{150} \times 100$

= $33\ ^1/_3\%$

അജിത്തിന്റെ ശമ്പളത്തേക്കാൾ $33\ ^1/_3\%$

അജിത്തിന്റെ ശമ്പളത്തേക്കാൾ $33\ ^1/_3\%$ കുറവാണ് ഭാര്യയുടെ ശമ്പളം.

14
എതിരെയുള്ളവൻ

ഒരു ക്ലോക്കിന്റെ മുഖത്ത് കാണുന്ന നമ്പർ ശ്രദ്ധിക്കുക. അവിടെ ഒന്നു മുതൽ 12 വരെ 12 സംഖ്യകളാണുള്ളത്. 12ന് നേരെ എതിരെയുള്ളത് 6 ആയിരിക്കും. 11 ന് നേരെ 5, 9 ന് നേരെ 3 എന്നിങ്ങനെയൊരു ക്രമം കാണാം. നേരെ എതിരെ യുള്ള സംഖ്യയുടെ വ്യത്യാസം 6 ആണെന്ന് കാണാം.

നമ്മുടെ പ്രശ്നവും ഇതേ രീതിയിലേക്ക് മാറ്റാം.

ഒന്നു മുതൽ 12 ന് പകരം ഒന്നു മുതൽ 24 വരെ പരിഗണി ക്കേണ്ടിവരും. അപ്പോഴുള്ള ഒരു ഏകദേശ ചിത്രം താഴെ കൊടു ക്കുന്നു.

ഇവിടെ എതിരെയുള്ള സംഖ്യകളുടെ വ്യത്യാസം 12 ആണെന്ന് കാണാം. അതായത് ആദ്യത്തേതിന്റെ നേരെ ഇരട്ടി. ഇതിലെ ഓരോ സംഖ്യയുടെയും നേരെ എതിരെയുള്ള സംഖ്യ 12 വ്യത്യാസപ്പെട്ടിരിക്കും. അപ്പോൾ 5 ന്റെ നേരെ എതിരെയുള്ള സംഖ്യ 5 + 12 = 17 ആയിരിക്കും.

15
അക്കമേത്?

3ന്റെ വിവിധ കൃതികൾക്കുള്ള ഫലം താഴെ കൊടുക്കുന്നു.

$3^1 = 3$; $3^2 = 9$; $3^3 = 27$ $3^4 = 81$

$3^5 = 243$; $3^6 = 729$; $3^7 = 2187$; $3^8 = 6561$

മൂന്നിന്റെ കൃതികളിൽ നാലിന്റെ ഗുണിതങ്ങൾ വരുന്നവ ഒന്നിൽ അവസാനിക്കുന്നതായി കാണാം.

അപ്പോൾ 3^{2000} എന്നത് ഒന്നിൽ അവസാനിക്കും.

5ന്റെ എല്ലാ കൃതികളിലുമുള്ള സംഖ്യ 5 ൽ അവസാനിക്കും.

7 ന്റെ വിവിധ കൃതികളുടെ ഫലം താഴെ കൊടുക്കുന്നു.

$7^1 = 7$; $7^2 = 49$; $7^3 = 343$; $7^4 = 2401$;

$7^5 = 16807$;$7^6 = 117649$; $7^7 = 823543$; $7^8 = 5764801$

ഏഴിന്റെ കൃതികളിലും നാലിന്റെ ഗുണിതമായി വരുന്നവ ഒന്നിൽ അവസാനിക്കും.

അപ്പോൾ $3^{2000} \times 5^{2003} \times 7^{2004}$ ന്റെ ഫലം

$1 \times 5 \times 1 = 5$ ൽ അവസാനിക്കും.

16
വഴിയുടെ പ്രശ്നം

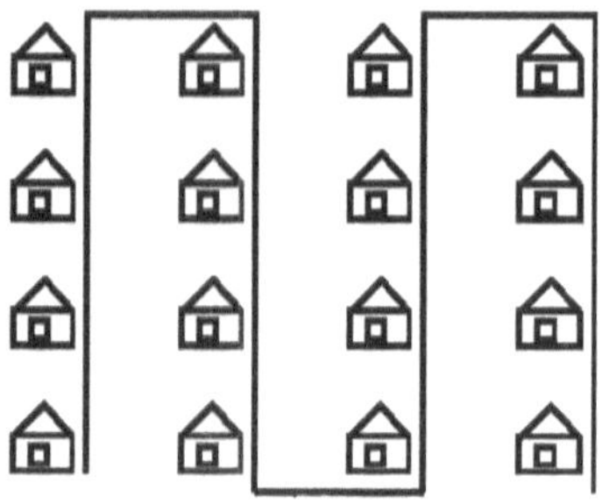

17
വഴിപ്രശ്നം വീണ്ടും

നികുതി പിരിവ് ഉദ്യോഗസ്ഥന്റെ യാത്രാവഴി താഴെ കൊടുത്തിരിക്കുന്ന രീതിയിൽ ആവാം.

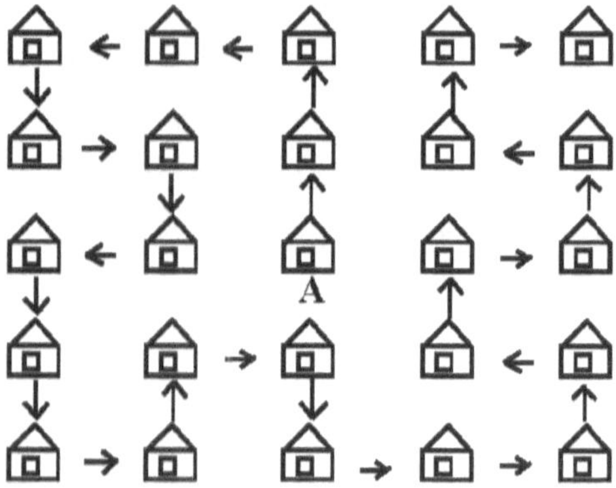

18
ഒരു മനഃക്കണക്ക്

ഹരണഫലം 123456789 ആയിരിക്കും. തന്നിട്ടുള്ള സംഖ്യയെ 8 കൊണ്ട് ഹരിക്കുമ്പോൾ ആദ്യം 9 നെ 8 കൊണ്ട് ഹരിക്കണം. ഹരണഫലം 1 ഉം ശിഷ്ടം 1 ഉം ആയിരിക്കും. ഇനി 18നെ 8 കൊണ്ട് ഹരിക്കണം. ഹരണഫലം 2 ഉം ശിഷ്ടം 2 ഉം ആയിരിക്കും. ഇനി 27 നെ 8 കൊണ്ട് ഹരിക്കണം. ഹരണഫലം 3 ഉം ശിഷ്ടം 3 ഉം ആയിരിക്കും. അപ്പോൾ നമുക്ക് ഹരണഫലത്തിന്റെ ഒരു ക്രമം ലഭിക്കും. ഇനി യഥാർത്ഥത്തിൽ ഹരിക്കാതെ തന്നെ ഹരണഫലം മനഃക്കണക്കായി ചെയ്ത് കണ്ടുപിടിക്കാം.

19
ഏതാണ് വ്യത്യസ്തം?

സങ്കലനം (addition) വ്യവകലനം (subtraction) ഗുണനം (multiplication) ഹരണം (division) എന്നീ അടിസ്ഥാന ക്രിയകൾ ചെയ്യുമ്പോൾ ബോഡ്മാസ് എന്ന തത്ത്വം ഓർക്കേണ്ടതാണ്. ഹരണം, ഗുണനം, സങ്കലനം, വ്യവകലനം എന്ന ക്രമത്തിലാണ് ക്രിയകൾ ചെയ്യേണ്ടത്.

ഇതനുസരിച്ച്

Aയിലുള്ള 1 + 5 ÷ 5-1 = 1 + 1 - 1 = 1 എന്ന് കിട്ടും

Bയിലുള്ള 1 - 5 + 5 x 1 = 1 - 5 + 5

= -4 + 5 = 1 എന്ന് കിട്ടും

Cയിലുള്ള 1 ÷ 5 + 5 ÷ 1 = 1/5 + 5

= 5 $^1/_2$ എന്ന് കിട്ടും

Dയിലുള്ള 1 x 5 ÷ 5 x 1 = 1x 1 x 1

= 1 എന്ന് കിട്ടും

ഇവിടെ A,B,D എന്നിവയുടെ ഫലം 1ഉം

C യുടെ ഫലം 5 $^1/_2$ യുമാണ്.

മറ്റ് മൂന്നിൽ നിന്നും വ്യത്യസ്തമാണ്.

20
വലിയ സംഖ്യ ഏത്?

ശരാശരി = തുക/എണ്ണം

ഒമ്പത് സംഖ്യകളുടെ ശരാശരി = 225

ആകെ തുക = 225 X 9 = 2025

എല്ലാ സംഖ്യകളും വ്യത്യസ്തങ്ങളാകണം.

ഒരു സംഖ്യ ഏറ്റവും വലുതാകണമെങ്കിൽ

മറ്റെല്ലാ സംഖ്യകളും ഏറ്റവും ചെറുതായിരിക്കണം.

വ്യത്യസ്തങ്ങളായ ഏറ്റവും ചെറിയ 8 എണ്ണൽ സംഖ്യകൾ ഒന്നു മുതൽ എട്ട് വരെയുള്ള സംഖ്യകളായിരിക്കും.

ഇവയുടെ തുക = 1+2+3+4+5+6+7+8 = 36

ഒമ്പതു സംഖ്യകളിൽ ഏറ്റവും വലിയ സഖ്യ = 2025 – 36 = 1989

21
ഒഴിവാക്കിയ സംഖ്യ

സംഖ്യകൾ x, x + 1, x + 2 .... x + 9 എന്നിരിക്കട്ടെ.

ഇവയുടെ തുക 10x + 45 ആയിരിക്കും.

10X എന്നത് പൂജ്യത്തിൽ അവസാനിക്കും. അപ്പോൾ പത്ത് തുടർച്ചയായ സംഖ്യകളുടെ തുക എല്ലായ്പ്പോഴും 5ൽ അവസാനിക്കും. അപ്പോൾ ഒഴിവാക്കിയ സംഖ്യ 235 ആയിരിക്കും.

22
വിചാരിച്ച സംഖ്യ

സംഖ്യ = 301

2, 3, 4, 5, 6 എന്നീ സംഖ്യകൾകൊണ്ട് ഹരിച്ചാൽ ശിഷ്ടം 1 ലഭിക്കും എന്ന് പറഞ്ഞുവല്ലോ. അപ്പോൾ ഈ സംഖ്യയുടെ ലസാഗു (LCM) കാണുക.

ലസാഗു 60 ആയിരിക്കും.

60 ന്റെ ഏത് ഗുണിതത്തോട് 1 കൂട്ടിയാൽ 7 ന്റെ ഗുണിതമാകും എന്ന് കാണുക.

23
മുഷിപ്പൻ ജോലി

ഇവിടെ യഥാർത്ഥത്തിൽ ഒറ്റ സംഖ്യകളുടെ തുക കാണണമെന്നില്ല. സൂത്രവാക്യം ഉപയോഗിക്കുകയും വേണ്ട. ഒറ്റ സംഖ്യകളുടെ തുകയുടെ പ്രത്യേകത മനസ്സിലാക്കിയാൽ മതി. താഴെ കൊടുത്തിരിക്കുന്ന ഒറ്റസംഖ്യകളുടെ തുക ശ്രദ്ധിക്കുക.

$1 = 1 = 1^2$

$1 + 3 = 4 = 2^2$

$1 + 3 + 5 = 9 = 3^2$

$1 + 3 + 5 + 7 = 16 = 4^2$

തുടർച്ചയായ എത്ര ഒറ്റസംഖ്യകളുടെ തുക കാണണമോ ആ സംഖ്യയുടെ വർഗ്ഗം കണ്ടാൽ മതി.

ആയിരം തുടർച്ചയായ ഒറ്റസംഖ്യകളുടെ തുക $= 1000^2 = 1000000$.

24
സമയമെത്ര?

30 മിനിറ്റ്

25
കൂട്ടുക, കുറയ്ക്കുക

97-ൽ നിന്ന് 2 കുറച്ച് 95 ആക്കുക.

65 നോട് 2 കൂട്ടി 67 ആക്കുക.

ഇതു പ്രകാരം, താഴെ കൊടുത്തിരിക്കുന്നത് ഒരു മാന്ത്രികചതുര മായിരിക്കും.

333	39	228
95	200	305
172	361	67

26
പൂരിപ്പിക്കുക

4 1 9

6 2 8

7 5 3

1 8 0 0

27
പൂരിപ്പിക്കൽ വീണ്ടും

നാല് വ്യത്യസ്ത ഉത്തരങ്ങളെങ്കിലും ലഭിക്കും അവ താഴെ കൊടുക്കുന്നു.

2	7	3
5	4	6
8	1	9

1	9	2
3	8	4
5	7	6

3	2	7
6	5	4
9	8	1

2	1	9
4	3	8
6	5	7

28
ഒറ്റയും ഇരട്ടയും

$79 + 5\frac{1}{3} = 84\frac{1}{3}$

$84 + \frac{2}{6} = 84\frac{1}{3}$

ഇപ്പോൾ തുക തുല്യമാണല്ലോ

29
സംഖ്യ നൽകുക

8	18	4
6	10	14
16	2	12

30
പെട്ടികളുടെ എണ്ണം

144, 216 എന്നിവയുടെ പൊതുഘടകങ്ങളിൽ ഏറ്റവും വലുത് 72 ആണെന്ന് കാണാം. ആകെ പെയ്ന്റുകളുടെ എണ്ണം 144 + 216 = 360 പെട്ടികളുടെ എണ്ണം = 360/72 = 5

31
എങ്ങനെയൊക്കെ ഭാഗിക്കാം?

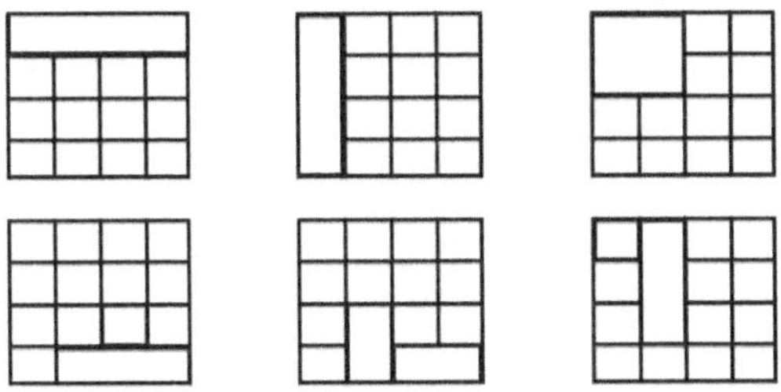

32
അഭാജ്യസംഖ്യകൾ

ഒന്നു മുതൽ ഒമ്പതു വരെയുള്ള എല്ലാ അക്കങ്ങളും ഒരു തവണ ഉപയോഗിച്ച് ഒമ്പത് അക്കങ്ങളുടെ ഒരു അഭാജ്യസംഖ്യ എഴുതാൻ സാദ്ധ്യമല്ല. ഇതിലെ അക്കങ്ങളുടെ തുക 1+2+3+4+5+6+7+8+9=45 ആയിരിക്കും.

അക്കങ്ങളുടെ തുക 45 വരുന്ന സംഖ്യയെ മൂന്ന് കൊണ്ടും ഒമ്പതുകൊണ്ടും നിശ്ശേഷം ഹരിക്കാൻ സാധിക്കും. 9 കൊണ്ട് നിശ്ശേഷം ഹരിക്കാൻ സാധിക്കുന്ന സംഖ്യ അഭാജ്യസംഖ്യയല്ല.

33
തുക എന്ത്?

അടുത്തടുത്ത ഒറ്റ സംഖ്യയുടെ ഗുണനഫലം 7ൽ അവസാനിക്കുന്നതിനാൽ സംഖ്യകളുടെ ഒറ്റയുടെ സ്ഥാനത്തെ അക്കങ്ങൾ 9, 1, 3 എന്നിങ്ങനെയായിരിക്കും.

29667 ന് അടുത്തുള്ള ക്യൂബ് ആയ സംഖ്യ 30^3 = 27000 ആണ്. അപ്പോൾ അടുത്തടുത്ത ഒറ്റ സംഖ്യകൾ 29,31,33 എന്ന് അനുമാനിക്കാം.

ഇവയുടെ തുക = 29 +31+33=93

34
മിഠായിപ്പൊതി

ആൺകുട്ടികളുടെ എണ്ണം B എന്നും അവർക്ക് ഓരോരുത്തർക്കും കിട്ടിയ മിഠായികളുടെ എണ്ണം x എന്നും സങ്കൽപ്പിക്കുക.

പെൺകുട്ടികളുടെ എണ്ണം = 12 - B

ഒരു പെൺകുട്ടിക്ക് കിട്ടിയ മിഠായികളുടെ എണ്ണം = x + 2

മിഠായികളുടെ ആകെ എണ്ണം = 142

അതായത് $Bx + (12 - B)(x + 2) = 142$

$6x - B = 59$

$6x = 59 + B$

$$x = \frac{59 + B}{6} = 9 + \frac{5 + B}{6}$$

x ഒരു പൂർണ്ണ സംഖ്യയാകണമെങ്കിൽ

B ക്ക് സാദ്ധ്യമായ വില 7 ആണ്.

B = 7 ആയാൽ x = 11 എന്ന് കിട്ടും.

ആൺകുട്ടികളുടെ എണ്ണം = 7

പെൺകുട്ടികളുടെ എണ്ണം = 12 − 7 = 5

35

ബാളുകളുടെ എണ്ണം

അഞ്ച് ബാളുകൾ എടുത്താൽ എല്ലാം ഒരേ നിറത്തിലുള്ളവയാകാൻ സാദ്ധ്യതയുണ്ട്. അതിനാൽ ആറ് ബാളുകൾ എടുക്കേണ്ടിവരും.

36

X ന്റെ വില എന്ത്?

$$4^{44} + 4^{44} + 4^{44} + 4^{44} = 4^{44}(1+1+1+1)$$
$$= 4^{44} \times 4$$
$$= 4^{45} = 4^{x}$$
$$x = 45$$

37

എന്താണ് ബന്ധം?

ഒരു സംഖ്യയുടെ അക്കങ്ങളുടെ ഗുണനഫലമാണ് അടുത്ത സംഖ്യ.

38

തീപ്പെട്ടിക്കമ്പു പ്രശ്നം

മൂന്ന് തീപ്പെട്ടിക്കമ്പുകൾ താഴെ കൊടുത്തിരിക്കുന്ന രീതിയിൽ  ആകൃതിയിൽ വെക്കുക.

 I X = VI

ഇപ്പോൾ സമവാക്യം ശരിയായല്ലോ?

39

തുക എന്ത്?

ഇവിടെ 2^0 മുതൽ 2^{10} വരെ തുടർച്ചയായി പത്തുപദങ്ങളുണ്ട്. ഇവയുടെ വിലകൾ കണ്ടുപിടിച്ച് കൂട്ടുന്നത് അല്പം പ്രയാസമുള്ള കാര്യമാണ്. ഇത്തരം സംഖ്യകളുടെ തുകകളുടെ പ്രത്യേകത എന്തെന്ന് മനസ്സിലാക്കിയാൽ വളരെ എളുപ്പത്തിൽ ഇതിന്റെ തുക കാണാം. 2^{10} ന്റെ വില തന്നിരിക്കുന്നു എന്നത് തന്നെ, എന്തോ ഒരു എളുപ്പവഴിയുണ്ട് എന്ന് സൂചിപ്പിക്കുന്നു. ആ എളുപ്പവഴിയെപ്പറ്റി നമുക്ക് ആലോചിക്കാം.

$2^0 = 1$ എന്നും $2^1 = 2$ എന്നും നമുക്കറിയാം.

ഇതിന്റെ തുക $1 + 2 = 3$ ആണ്.

അടുത്തപദം $2^2 = 4$ ആണ്.

എന്താണ് ഇവ തമ്മിലുള്ള ബന്ധം?

നാലിനേക്കാൾ ഒന്നു കുറവാണ് മൂന്ന്.

40

എങ്ങനെ ജയിക്കാം

തന്നിരിക്കുന്ന നിബന്ധനക്കനുസരിച്ച് മുറിച്ച് മാറ്റാൻ സാദ്ധ്യമല്ല. 64 ചതുരങ്ങളാണ് ആകെയുള്ളത്. ഒരു നിറവും അതിന്റെ ഇരട്ടി മറ്റേ നിറവും ചേരുമ്പോൾ മൂന്നിന്റെ ഗുണിതമുള്ള ചതുരങ്ങൾ ഉണ്ടാകണം. ഇങ്ങനെ 83 ചതുരങ്ങൾ മാത്രമേ മുറിച്ച് മാറ്റാൻ സാധിക്കുകയുള്ളൂ. ഒരു ചതുരം എപ്പോഴും ബാക്കി വരും.

41

തുല്യമാക്കാമോ?

$3^2 + 4^2 = 5^2$

$3^3 + 4^3 + 5^3 = 6^3$

42

വർഗ്ഗചതുരം

5	7	1	2	1
7	2	3	6	1
1	3	9	2	4
2	6	2	4	4
1	1	4	4	9

43

സംഖ്യകൾ ഏവ?

$1285437609 = 35853^2$

$9560732841 = 97779^2$

44

ക്യൂബുകൾ

$2326^3 = 12584301976$

$2535^3 = 16290480375$

$3123^3 = 30459021867$

$3506^3 = 43095878216$

$3909^3 = 59730618429$

45
ക്യൂബ് ഏത്?

$2201^3 = 10662526601$

കണക്ക് ക്ലാസ്സിൽ

അദ്ധ്യാപകൻ: ഒരു ആടിന് 700 രൂപ വിലയായാൽ അഞ്ച് ആടുകൾക്ക് എന്തു വിലയാകും?

ഉടനെ ഒരു കുട്ടി എഴുന്നേറ്റ് പറഞ്ഞു

"സാർ, ആടുകളെ കാണാതെ വില കണക്കാക്കാൻ പറ്റില്ല."

46

എത്ര വിധത്തിൽ ഇരിക്കാം?

5040 എന്താ വിശ്വാസം വരുന്നില്ലേ?

രണ്ട് സീറ്റും രണ്ട് യാത്രക്കാരുമാണെങ്കിൽ രണ്ട് വിധത്തിൽ ഇരിക്കാമല്ലോ. മൂന്ന് യാത്രക്കാരും മൂന്ന് സീറ്റുമാണെങ്കിലോ? ഉദാഹരണമായി യാത്രക്കാർ A, B, C ആയാൽ ABC, ACB, BCA, BAC, CAB, CBA എന്നിങ്ങനെ ആറ് വ്യത്യസ്ത രീതികളിൽ ഇരിക്കാം. ഇത് 1 x 2 x 3 ആയിരിക്കും. അപ്പോൾ 7 യാത്രക്കാരാണെങ്കിൽ 1 x 2 x 3 x 4 x 5 x 6 x 7 വ്യത്യസ്ത രീതികളിൽ ഇരിക്കാം.

47

50ഉം 188ഉം

$1^2+2^2+3^2+5^2+6^2+7^2+8^2 = 188$

$1^2+2^2+3^2+5^2+7^2+10^2 = 188$

48

മൂന്നാറുകൾ

6! / 6 x 6

ഇവിടെ ! എന്ന ചിഹ്നം ക്രമഗുണിതത്തെ സൂചിപ്പിക്കുന്നു. ഒന്നു മുതൽ തുടർച്ചയായ സംഖ്യകളുടെ ഗുണനഫലമാണ് ക്രമഗുണിതം.

2! = 1 x 2 = 2

3! = 1 x 2 x 3 = 6

4! = 1 x 2 x 3 x 4 = 24

6! / 6 x 6 = 1 x 2 x 3 x 4 x 5 x 6 / 6 x 6

= 720 / 36 = 20

49

നിറമുള്ള മുഖങ്ങൾ

ആകെ ക്യൂബുകളുടെ എണ്ണം = 8 x 10 x 12 = 960

നീളത്തിലും വീതിയിലും ഉയരത്തിലും രണ്ട് ക്യൂബുകൾക്ക് ചുമന്നനിറം ഉണ്ടായിരിക്കും.

നിറമില്ലാത്ത ക്യൂബുകളുടെ എണ്ണം = 6 x 8 x 10 = 480

ഒരു മുഖത്തിലെങ്കിലും ചുവന്ന നിറമുള്ള ക്യൂബുകളുടെ എണ്ണം = 960 - 480 = 480

50

വീടുകളുടെ എണ്ണം

ഒരു വശത്ത് നമ്പർ ഒന്നു വീതം വർദ്ധിച്ചുകൊണ്ടിരിക്കുന്നു. മറ്റേ വശത്ത് ഒന്നുവീതം കുറഞ്ഞുകൊണ്ടിരിക്കുന്നു. എതിർവശങ്ങളിലെ വീടുകളുടെ നമ്പറുകളുടെ തുക 34 + 67 = 101 ആയതിനാൽ ഓരോ വശത്തും 100 വീടുകൾ വീതം ഉണ്ടായിരിക്കും.

■